கதைகளின் கதை

கதைகளின் கதை

சு.வெங்கடேசன்

விகடன்
பிரசுரம்

Title
KATHAIGALIN KATHAI

© S.VENKATESAN

ISBN : 978-93-88104-14-2

விகடன் பிரசுரம்: **1037**

நூல் தலைப்பு:
கதைகளின் கதை

நூல் ஆசிரியர்:
© **சு.வெங்கடேசன்**

ஓவியங்கள்:
கோ.ராமமூர்த்தி, ஹாசிப்கான்

புகைப்படங்கள்:
கே.ராஜசேகரன், ஈ.ஜெ.நந்தகுமார்

முதற்பதிப்பு : **டிசம்பர், 2018**

ஏழாம் பதிப்பு : **அக்டோபர், 2024**

விலை : ₹ **175**

பதிப்பாளர்:
பா.சீனிவாசன்

துறைத் தலைவர்:
எம்.அப்பாஸ் அலி

முதன்மைப் பொறுப்பாசிரியர்:
அ.அன்பழகன்

தலைமை உதவி ஆசிரியர்:
ப.சுப்ரமணி

தலைமை வடிவமைப்பு:
மா.முகமது இம்ரான்

இந்தப் புத்தகத்தின் எந்த ஒரு பகுதியையும் பதிப்பாளரின் எழுத்துபூர்வமான முன் அனுமதி பெறாமல் மறுபிரசுரம் செய்வதோ, அச்சு மற்றும் மின்னணு ஊடகங்களில் மறுபதிப்பு செய்வதோ காப்புரிமைச் சட்டப்படி தடை செய்யப்பட்டதாகும். புத்தக விமரிசனத்துக்கு மட்டும் இந்தப் புத்தகத்திலிருந்து மேற்கோள் காட்ட அனுமதிக்கப்படுகிறது.

விகடன் பிரசுரம்
757, அண்ணா சாலை, சென்னை-600 002.

மொபைல்: 80560 46940 / 95000 68144
Website: http://books.vikatan.com
e-mail: books@vikatan.com

பதிப்புரை

இலக்கியமும் வரலாறும் வாழ்வியலோடு தொடர்புடையவை. அவை மறைக்கப்படவில்லை. புதைக்கப்பட்டிருக்கின்றன.

ஆனால், தற்போது பல தடங்களின் வழியாக அவை வெளியேறி மீண்டும் செய்தியாக நம் தலைமுறையினரிடம் வந்து சேர்ந்துகொண்டிருக்கின்றன.

காரணம் மனிதனின் மரபு, உணர்வு, வீரம், பழக்க வழக்கம், செயல்பாடு, சிந்தனை என இவற்றோடு பின்னிப்பிணைந்திருப்பதால்...

பாட்டி சொல்லும் கதை வழி, ஒரு குழந்தை ஒரு செய்தியை அறிந்துகொள்கிறது. அதுபோல் இன்று பத்திரிகை, தொலைக்காட்சி, சினிமா, செல்போன் என பல ஊடகங்கள் வழியாக அறிந்துகொள்கிறோம். புதைந்திருக்கும் வரலாற்றுக் கதைகளும்... கதைகளாக சொல்லப்படும் வரலாற்று உண்மைகளும் இன்று மக்களிடையே தாக்கத்தை ஏற்படுத்துகின்றன. அது ஓர் எழுத்தாளனின் எழுதுகோல் வழியே எழுந்த தமிழர்களின் மரபே இந்த நூல்.

பரங்கியர் படையை நடுங்கச்செய்த தென் தமிழகத்து போர் ஆயுதங்களின் குறியீடான வளரி முதல் மரணத்தொழில் செய்யும் போக்கிரிகள், மோசடி செய்யும் கும்பல்களின் அட்டகாசங்கள், கீழடி செய்திகள், மாடோட்டிகளின் மரபு விளக்கங்கள், கல்வெட்டுச் செய்திகள் இலக்கியம், வரலாறு, கணக்கு... இவற்றினூடே நுழைந்து கதைகளின் கதைகளைத் தொட்டெடுத்திருக்கும் ஆசிரியர், அவை அன்றாடம் நிகழும் நிகழ்வுகளினூடே கலந்துரைந்திருப்பதை இலைமறைகாயாக வெளிப்படுத்தியிருப்பது சிறப்பு.

கண்களை அகலச்செய்யும் ஆச்சர்யத் தகவல்களை திரட்டித் தரும் கதை கேட்போமா, கதைகளின் கதையை...

முன்னுரை

கதைகளுக்குப் பின்னால் இருக்கும் வரலாற்றுக் குறிப்புகளையும் வரலாற்றுக்குள் செரிமானமாகிக் கிடக்கும் கதைகளையும் பற்றிய கட்டுரைத் தொடர் இது. விகடன் தடம் இதழ் தொடங்கப்பட்டபொழுது இத்தொடர் தொடங்கப்பட்டது. கள ஆய்வுகள், ஆவணக் காப்பகத் தரவுகள், புத்தகச் சான்றுகள் என வெவ்வேறு வகையான பரப்புகளில் இதுவரை எழுதப்படாத குறிப்புகளைக்கொண்டு எழுதப்பட்ட கட்டுரைகள் இவை.

விரிவாக எழுத நினைத்து சேகரிக்கப்பட்ட குறிப்புகள் எத்தனை காலம்தான் வீட்டு அலமாரியிலேயே தூங்கிக்கிடப்பது. அவற்றை மேலடுக்குக்குக் கொண்டுவந்து கவனப்படுத்துவோம் என்ற எண்ணத்தில்தான் இத்தொடரைத் தொடங்கினேன்.

ஒரு கட்டத்துக்குப்பின் இதற்கான கால அவகாசத்தைக் கொடுக்க முடியாத நிலை. வேள்பாரி தொடருக்கு பேருழைப்புத் தேவைப்பட்டது. அந்த நேரத்தில் கவனத்தைச் சிதறவிட விரும்பவில்லை. எனவே 12 கட்டுரைகளோடு தொடரை முடித்துக்கொண்டேன். எழுதிய அளவில் ஒவ்வொரு கட்டுரையும் மிக முக்கியமானதே.

இக்கட்டுரைகளுக்கு ஓவியம் வரைந்த தோழர் கோ.இராமமூர்த்திக்கு எனது நன்றி. இத்தொகுப்பை எனது அன்புக்குரிய தோழர் வெ.சுந்தரம் அவர்களுக்கு சமர்ப்பிக்கிறேன். இயக்கம், இலக்கியம், ஆய்வு என்ற மூன்று தளங்களில் என்னுடைய உழைப்பும் கனவும் வடிவங்கொண்டிருக்கிறது. இதனைப் புரிந்துகொள்ளவும் ஒன்றுக்கொன்று முரண்படாமல் போதிய இடைவெளியோடு முன்நகரவும் எனக்கு வாய்த்த வழிகாட்டி அன்புத்தோழர் வெ.சுந்தரம்.

இக்கணத்தில் அவரது கரங்களை இறுகப் பற்றிக்கொள்கிறேன்.

- சு.வெங்கடேசன்

20 நவம்பர், 2018

writersuve@gmail.com

சு.வெங்கடேசன்

மதுரையைச் சேர்ந்தவர். நான்கு கவிதை நூல்களும், மூன்று ஆய்வு நூல்களும், ஏழு சிறு நூல்களும் எழுதியுள்ளார்.

காவல்கோட்டம், வீரயுக நாயகன் வேள்பாரி ஆகிய இரு நாவல்களை எழுதியுள்ளார்.

இவரது முதல் நாவலான காவல் கோட்டம் நாவலுக்கு, 2011-ம் ஆண்டுக்கான சாகித்ய அகாடமி விருது கிடைத்தது. முதல் நாவலுக்கு சாகித்ய அகாடமி விருதுபெற்ற முதல் எழுத்தாளர். தமிழின் முதல் கிராஃபிக் நாவலான சந்திரஹாசத்தின் ஆசிரியர்.

தமிழ்நாடு முற்போக்கு எழுத்தாளர் - கலைஞர்கள் சங்கத்தின் மாநிலத்தலைவராகப் பொறுப்பு வகிக்கிறார்.

இந்த நூல்...

தோழர் வெ.சுந்தரம் அவர்களுக்கு...

உள்ளே...

1. வளரி — 11
2. போக்கிரி — 17
3. பாவ மூட்டையின் எண்: 188 — 26
4. புகையிலை விடு தூது — 35
5. வவுச்சரின் வரலாறு — 45
6. கீழடி: புனைவும் அரசியலும் — 55
7. நல்லதங்காளும் பென்னிகுவிக்கும் — 65
8. அடுப்பங்கரை ஆவணம் — 75
9. மாயக்காளின் காலடியில் ஒரு ரோசாப்பூ — 88
10. குழூஉக்குறி — 98
11. குற்றமும் தண்டனையும் — 108
12. மோசடிப் புத்தகம் — 117

1

வளரி

வளரி... இந்தப் பெயர், தமிழ்ச் சமூகத்தின் ஞாபகத்தில் இருந்தே மறைந்துவிட்டது. பொருளும் அழிந்து, பெயரும் அழிந்த ஒரு சோகச் சொல் இது. ஆனால், ஒரு காலத்தில் இது வீரத்தின் குறியீடு; விசையின் குறியீடு; பரங்கியர் படையை நடுங்கச்செய்த தென்தமிழகத்துப் போர்முறையின் குறியீடு.

'வளரி' ஓர் எறியாயுதம். கரையில் இருந்து எறிந்தால், தண்ணீரின் மீது சீவிச் செல்லும் சித்துக்கல்போல, காற்றின் மீது சீவிச் சென்று இலக்கைத் தாக்கும். நின்ற இடத்தில் இருந்து எதிரியைத் தாக்கப் பயன்பட்ட வேல்கம்பு, அதுவே தூரத்தில் சென்று தாக்கவேண்டிய தேவை வந்தபோது, பாய்ந்து செல்லும் குத்தீட்டியாகப்

பரிணமித்தது. கைவீச்சு வரை போரிட முடிந்த ஆயுதம், இப்போது கையெறியும் தூரம் வரைப் போய்த் தாக்கும் பலமான ஆயுதமாக மாறியது. நவீன காலத்தில் துப்பாக்கி, ஏவுகணை ஆனதைப்போல.

வாள், வளரியானதும் அப்படித்தான். நின்ற இடத்தில் இருந்து எதிரியை வீழ்த்தப் பயன்பட்ட வாள், தூரத்தில் இருக்கும் எதிரியைத் தாக்கவேண்டிய தேவை வந்தது. காற்றில் சுழன்று பறக்கும் வடிவத்துக்கு மாறியது. நீண்ட வாள், பிறை நிலவாக வளைந்தது. தன்னை தாங்கிப் பிடிக்கும் கைப்பிடியை, வாளின் நுனி வளைந்து வந்து பார்த்தபோது, வளரி ஆனது.

வளரி வீசப்படும்போது விசை குறையக் கூடாது; ஆயுதத்தின் எடை கூடினால், நீண்ட தூரம் வீச முடியாது. குறைந்தால், தாக்கும் திறன் குறையும். அதைவிட முக்கியம், ஓர் இரும்புத்துண்டு காற்றில் சுழன்றபடி இலக்கு நோக்கிச் செல்வதற்கு, அடிப்படையான எடைக் கட்டுப்பாட்டைக் கொண்டிருக்க வேண்டும். ஆயுதத்தின் மையத்தில் நிலைகொண்டுள்ள எடை, அதன் சமநிலையைக் குவித்து, விசையின் பாதையில் துல்லியமாகப் பயணிக்க உதவுகிறது. வளரியில் துலங்கும் தொழில் நுட்பம், இம்மண்ணுக்குரிய தனித்த சாதனைகளில் ஒன்று.

இந்த ஆயுதத்தைப் பற்றி 17,18-ம் நூற்றாண்டுகளில் எண்ணற்ற குறிப்புகள் பிரிட்டிஷ் ஆவணங்களில் எழுதப் பட்டன. வேறெங்கும் இல்லாத ஓர் ஆயுதத்தைப் பற்றிய ஆச்சர்யமும் கண்ணிமைக்கும் நேரத்தில் கழுத்தை வெட்டிச்செல்லும் அதிர்ச்சியும் கலந்த பதிவுகளாக அவ்வெழுத்துக்கள் இருக்கின்றன.

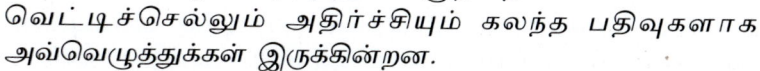

'இந்த ஆயுதம் ஆஸ்திரேலியப் பூர்வகுடி மக்கள் பயன் படுத்தும் பூமராங் போன்றது. உலகில் இவ்விரு மக்கள்தான் இவ்வாயுதத்தைப் பயன்படுத்துகின்றனர்' என்று முதலில் கருதிய ஐரோப்பியர்கள், பின்னர் இக்கருத்தை மாற்றிக் கொண்டனர். 18-ம் நூற்றாண்டில் ஆஸ்திரேலியாவைப் பற்றி ஆய்வுசெய்த சவைல்ட் கென்ட் தனது நூலில், 'இந்தக் கருவி ஆசியப் பகுதியில் இருந்து முதன்முதலாக ஆஸ்திரேலியாவுக்குச் சென்று தங்கியவர்களால் அறிமுகப்படுத்தப்பட்டது' என்கிறார்.

கிழக்கிந்திய கம்பெனிப் படையில், பல முக்கியப் பொறுப்பு களை வகித்த கர்னல் ஜேம்ஸ் வெல்ஸ், தனது ராணுவ நினைவுகளில் வளரியைப் பற்றி எழுதுகிறார். கும்பெனிக்கு சிவகங்கைச் சீமையோடு நல்லுறவு இருந்த காலத்தில், பெரிய மருதுவிடம் தான் வளரி வீசக் கற்றுக்கொண்டதையும், உலகில் வேறு எங்கும் இல்லாத இந்தக் கருவி, திறமையுடைய வர்கள் வீசினால், நூறு கஜ தூரத்துக்குச் சென்று இலக்கைத் துல்லியமாகத் தாக்கும் என்று பதிவு செய்கிறார்.

பின்னர், வரலாற்றின் திசை மாறியது, கும்பெனி படை போர்க்களத்தில் சிவகங்கைப் படையையும், இதர பாளையத்தின் படை களையும் எதிர்கொண்டது. அரண்மனை வளாகத்தில் சொல்லிக் கொடுக்கும்போது பார்த்த அதே வளரியை, வெல்ஸ் போர்க் களத்தில் எதிரியின் ஆயுதமாக எதிர்கொள்ள நேர்ந்தது. கண்களால் பார்க்க முடிந்த ஒரு கருவி, ஓசையால் மட்டுமே உணர முடிகிற கருவி யாக மாறிய விந்தையை அவரால் நம்ப முடியவில்லை.

காற்றைக் கிழிக்கும் வளரியின் ஓசை தென்தமிழகம் முழுவதும் மேலெழும்பியது. வைகையின் நாணல்களுக்கு இடையே சீறிவரும் வளரிகள், கும்பெனி படையை நிலை

குலையச் செய்தன. கும்பெனியின் தளபதிகள் அதிகம் பயந்த ஆயுதமாக வளரி மாறியது. பாளையக்காரர்களின் யுத்தத்தில், குறிப்பாக கொரில்லா முறையிலான மறைந்து இருந்து தாக்கும் போர்முறைக்கு ஏற்ற ஆயுதமாக வளரியே இருந்தது. நிலமெங்கும் தலைகளை அறுத்துக்கொண்டே வளரிகள் கீழிறங்கின.

பாளையக்காரர்களின் யுத்தம் முடிவுக்கு வந்தவுடன், கும்பெனி நிர்வாகம் 1801-ம் ஆண்டு ஆயுதத் தடைச் சட்டத்தைக் கொண்டுவந்தது. அதன்படி, 'மக்கள் யாராவது போராயுதங்களை வைத்திருப்பது கண்டுபிடிக்கப்பட்டால், பொதுவெளியில் தூக்கிலிடப்படுவார்கள்' என்று அறிவிக்கப் பட்டது. எல்லா வகையான ஆயுதங்களும் கைப்பற்றப்பட்டன. பாளையக்காரர்கள், போர் வீரர்கள், குடிமக்கள் எல்லோரும் ஆயுதங்கள் நீக்கப்பட்ட மனிதர்கள் ஆக்கப்பட்டார்கள். அப்பொழுது கும்பெனியால் கைப்பற்றப்பட்டவை, இருபத்தியிரண்டாயிரம் வளரிகள்.

தென்தமிழகம் முழுவதும் இருந்த வளரிகளை மொத்தமாகக் கைப்பற்றி அழித்தொழித்தனர். வளரி என்ற ஆயுதத்தின் நினைவுகள்கூட இம்மண்ணில் மிஞ்சக் கூடாது என்பதில் ஆக்கிரமிப்பாளர்கள் உறுதியுடன் இருந்தனர். வளரி வீசிய கைகள் வெறும் கைகள் ஆக்கப்பட்டன. கரங்களில் இருந்து நீங்கிய ஆயுதம், நாளடைவில் மக்களின் நினைவுகளில் இருந்தும் நீங்கத் தொடங்கியது.

100 ஆண்டுகள் உருண்டோடின. முன்பு எங்கும் இருந்த வளரியை ராணுவத்தினர் வியப்போடு பார்த்ததைப்போல, இப்போது எங்கோ இருக்கும் வளரியை மானுடவியலாளர்கள் தேடிப் பிடித்து ஆய்வுசெய்தனர். மதுரை மாவட்டத்தில் 1883-ம் ஆண்டு வளரி பயன்படுத்துவதை, தான் நேரில் பார்த்ததாக ஆர்.ப்ரூஸ்பூட் என்ற ஆங்கிலேயர் பதிவு செய்துள்ளார். வளரி பயன்படுத்தப் பட்டதைப் பற்றிய ஆங்கிலேயரின் கடைசிப் பதிவு இதுவாகத்தான் இருக்கக்கூடும்.

ஆயுதத் தடைச் சட்டம் கொண்டுவந்த 200-வது ஆண்டு, அதாவது, 2001-ம் ஆண்டு நான் 'காவல் கோட்டம்' எழுதிக் கொண்டிருக்கும்போது, நாவலின் தேவைக்காக வளரியைத் தேடி பயணத்தைத் தொடங்கினேன். இம்மண்ணில் வெகு மக்கள் பயன்படுத்திய, சிறப்புமிக்க ஒரு போர் ஆயுதத்தைப்

பற்றிய தடயங்களையும் விவரங்களையும் கதைகளையும் தேடிய புறப்பாடு அது.

அரசு அருங்காட்சியகத்தில் கண்ணாடி அடைப்புக்குள் இருக்கும் வளரிகளை, பல ஊர்களில் போய்ப் பார்த்தேன். இன்று தமிழகம் முழுவதும் உள்ள அருங்காட்சியகங்களில் எஞ்சியிருப்பது 20-க்கும் குறைவான வளரிகள் மட்டுமே என்று அதிகாரிகள் தெரிவித்தனர். அவற்றில் மரம் மற்றும் தந்தத்தாலான வளரிகளே கணிசமானவை. அதாவது, அரண்மனைகளில் அலங்காரப் பொருளாகப் பயன்பட்ட வளரிகளே எஞ்சியுள்ளன.

தென்னகம் முழுவதும், தனித்ததோர் ஆயுதத்தை மொத்தச் சமூகமும் முழுமுற்றாகக் கைவிட்டிருக்க வாய்ப்பு இல்லை. கும்பெனி படையின் வலிமை இங்கிருந்த பலவீனத்தின் மீது கட்டப்பட்டது. அதற்கு சமூகத்தின் அடியாழம் வரை போய் அழித்தொழிக்கும் முழுமுற்றான வல்லமை இருந்திருக்க முடியாது. தேவை சார்ந்து தொடங்கும் தேடல், ஒரு கட்டத்தில் வரலாற்று நியாயங்களால் உந்தித் தள்ளப்படும். அப்படி நான் தள்ளப்பட்டுக் கொண்டிருந்தபோது, எங்கு போனாலும் வளரியைப் பற்றிப் பேசுவது ஓர் இயல்பாகவே மாறியது. ஓர் அரங்கக் கூட்டத்தில் பேசி முடித்து வெளியேறிய போது, கூட்டம் கேட்க வந்த தோழர்கள் தங்கராஜுவும் மகாராஜனும் "எத்தனை வருஷமா இதைத் தேடிக்கிட்டு இருக்கே? நாளைக்கு வா... உன்னைய ஒரு இடத்துக்கு கூட்டிட்டுப் போறோம்" என்று சொல்லிச் சென்றனர்.

மறுநாள், மதுரை மாவட்டத்தில் கோவிலாங்குளம் என்ற கிராமத்துக்கு அழைத்துச் சென்றார்கள். ஒற்றை அறை மட்டும் தனித்து இருக்கும் ஓர் இடம் நோக்கி என்னை அழைத்துக்கொண்டு போய், "இது பட்டசாமி கோயில்" என்று சொல்லிக்கொண்டே கதவைத் திறந்தார்கள். அப்பொழுது பார்த்த காட்சி எனக்குள் ஏற்படுத்திய திகைப்பு இன்று வரை மறையவில்லை. என் கண்களுக்கு முன்பு சுமார் 200 வளரிகள். "இந்த பட்டசாமிக்கு வளரியைத்தான் படையலிட வேண்டும். எனவே, ஒவ்வோர் ஆண்டும் வளரியைப் படையலிடுகிறோம்" என்று சொன்னார்கள்.

மரம் உயிரற்றுப்போனால், 'பட்டமரம்' என்று சொல்வதைப் போல... மனிதன் இறந்துபோனால், பட்டுப்போனவன்

ஆகிறான். அவனே ஊருக்கும் சக மனிதனுக்கும் நல்லது செய்தவனாக வாழ்ந்திருந்தால், பட்டசாமியாக நினைக்கப்பட்டு வழிபடப்படுகிறான். இந்த பட்டசாமி பெரும் போர் வீரனாக, வளரியைப் பயன்படுத்துவதில் மகா திறமைசாலியாக இருந்திருக்கவேண்டும். எனவே, அவன் நினைவாக, அவன் மிகவும் நேசித்த அல்லது அவனது அடையாளமான வளரியைப் படையலிட்டு அவனை மக்கள் வழிபடுகின்றனர்.

கிழக்கிந்தியப் படையின் ராணுவக் குறிப்புகளும், மானுடவியலாளர்களின் ஆய்வுத் தொகுப்புகளும் சொல்ல மறந்த ஓராயிரம் கதைகளை, அந்தச் சிறிய பீடத்தைச் சுற்றிக் குவிந்துகிடக்கும் வளரிகள் சொல்லிக்கொண்டிருக்கின்றன. அங்கு கிடப்பவை காற்றை அல்ல... காலத்தைக் கிழித்து வந்துகிடக்கும் வளரிகள். அவை ஆங்கிலேயனின் ஆயுதத் தடைச் சட்டத்தின் தலையைச் சீவிய அடையாளங்களைச் சுமந்துகிடக்கின்றன.

எவ்வளவு அடக்குமுறை களானாலும் மக்கள் தங்களின் வரலாற்று நினைவுகளை ஒருபோதும் கைவிட மாட்டார்கள். எந்தச் சூழலிலும் அழிந்து விடாமல், தங்களது வாழ்வுக்குள் வைத்து கடத்தும் வல்லமை மக்களுக்கு உண்டு. ஏனென்றால், எல்லா காலங்களிலும் வரலாற்றின் நாயகர்கள் மக்களே!

2

போக்கிரி

‘போக்கிரித்தனம் பண்ணாதே’ என்று சிறுவயதில் பெற்றோரிடம் திட்டு வாங்காமல் வளர்ந்தவர்கள் யாராவது இருக்கிறீர்களா? சரி, நாம்தான் நம் குழந்தைகளை, ‘போக்கிரிப் பயலோட சேராதே’ என்று எச்சரிக்காமல் வளர்க்கிறோமா? ‘உங்க பையன் போக்கிரிகளோடயும் காலிப்பசங்களோடயும் சேர்ந்து சுத்துறான் சார், கண்டிச்சு வளருங்க!’ என்று பக்கத்து வீட்டுக்காரருக்கு இலவச ஆலோசனைக் கூறுவதைத் தவிர்த்திருக்கிறோமா? காதலி காதருகே வந்து, ‘போடா போக்கிரிப் பயலே’ எனச் செல்லமாகத் திட்டிப்போனதைச் சொல்லிப் பெருமைப்படும் நண்பனைக் கண்டு பொறாமைகொள்ளாமல்

இருந்திருக்கிறோமா?... இப்படி வரிசையாகக் கேள்விகள் எழுப்பினால் வருகின்ற பதில், 'இல்லை' என்பது மட்டும்தான்.

'திருவிழாவில் போக்கிரித்தனம் செய்தவர்களைக் காவல்துறை விரட்டிப் பிடித்தது' என்பது நாம் பல முறை செய்தித்தாளில் பார்க்கும் தலைப்புகளில் ஒன்று. ரஜினியின் 'போக்கிரி ராஜா'-வில் தொடங்கி விஜய்யின் 'போக்கிரி' வரை சினிமாப் படங்களின் பெயர்களில் நிலைகொண்டுள்ளனர் போக்கிரிகள்.

'போக்கிரி' என்ற சொல் நமது வாழ்க்கை முழுவதும் பரவிக் கிடக்கிறது. இந்தச் சொல்லை ஒருமுறைகூட உச்சரிக்காத நபர்கள் அநேகமாக யாரும் இருக்கமாட்டார்கள். எல்லோரும், தலைமுறை தலைமுறையாகச் சொல்லிப் பழக்கப்பட்ட இந்தச் சொல்லுக்கு என்ன அர்த்தம்... யார் இந்தப் போக்கிரி... போக்கிரித்தனம் என்றால் என்ன... எனக் கேள்விகள் எழுப்பினால் கிடைக்கிற பதிலைத் தாங்கிக்கொள்ள மனவலிமை வேண்டும்.

'போக்கிரி' என்பது, குறிப்பிட்ட ஒரு தொழிலைச்செய்த மக்கள் கூட்டத்தின் பெயர். அவர்கள் எண்ணிக்கையில் எவ்வளவு இருந்தனர் என்பது தெரியவில்லை. ஆனால், எண்ணற்றோர் இருந்தனர். 19-ம் நூற்றாண்டின் தொடக்க காலத்தில் அவர்கள் அனைவரையும் ஒட்டுமொத்தமாக அழிக்க முடிவெடுத்தது கிழக்கிந்திய கம்பெனியின் ராணுவம்.

கண்ணில்படுகிற போக்கிரிகள் எல்லோரையும் எந்த நேரத்திலும், சுட்டுக் கொல்லும் அனுமதியைத் தனது ராணுவ வீரர்களுக்கு வழங்கியது அன்றைய கும்பெனி ராணுவம். ராணுவத்தினரின் துப்பாக்கிகள், போக்கிரிகளை நோக்கிச் சுடத் தொடங்கின. அடர்ந்த காட்டுப் பகுதியின் தனித்த சாலைகளில் போக்கிரிகளின் கடைசி காலடி மிஞ்சி இருக்கும் வரை தோட்டாக்கள் சீறிப் பாய்ந்துகொண்டே இருந்தன. சரிந்து விழும் போக்கிரியின் அலறல், இந்திய நிலப்பரப்பெங்கும் கவனிப்பாரற்று காற்றில் கரைந்தது.

இவ்வளவு பெரிய அழித்தொழிப்பை அவர்களின் மீது நிகழ்த்தக் காரணம் என்ன... அப்படி அவர்கள் என்னதான் தவறு செய்தார்கள்? இந்தக் கேள்விக்கு பிரிட்டிஷார் சொன்ன பதிலை முதலில் தெரிந்துகொள்வோம்.

போக்கிரிகள், நாடோடிகளாகத் திரிந்த கொலைகாரக் கூட்டம். மிக ரகசியமாக தங்களின் வாழ்வை அமைத்துக் கொண்டவர்கள். சாலைகளில் போகும் பயணிகளைக் கொல்வதை மட்டுமே தொழிலாகக் கொண்டவர்கள். சாதாரண கைக்குட்டையைவைத்தே மரணத் தொழிலைச் செய்பவர்கள்.

கைக்குட்டை, அல்லது கைத்துணிதான் இவர்களது கொலைக்கருவி. துணியின் ஒரு முனையில் ஈயக்குண்டு வைக்கப்பட்டு முடிச்சிடப்பட்டிருக்கும். மற்றொரு முனையை விரல் இடுக்கில் பிடித்தபடி மொத்தத் துணியும் உள்ளங்கைக்குள் மறைந்திருக்கும். ஒருவனைக் கொலை செய்யத் தீர்மானித்துவிட்டால், கண்ணிமைக்கும் நேரத்தில் கைத்துணியை அவர்களின் கழுத்துக்கு வீசுவார்கள். அது ஒரு சுற்று சுற்றி, ஈயக்குண்டிருக்கும் பகுதி இவர்களின் இன்னொரு கைக்கு வரும். ஒரு இழுவையில் பின்புற மூளைக்குச் செல்லும் கழுத்து நரம்பும், முன்புற தொண்டைக்குழியும் நெறிபட்டு, தாக்குதலுக்கு உள்ளானவன் கணப்பொழுதில் சரிந்து விழுவான்.

வெட்டரிவாள், கத்தி, ஈட்டி போன்ற ஆயுதங்களோடும், கொலைக்கருவிகளோடும் ஒருவன் உலவினால், மற்றவர்கள் எளிதில் அவனைக் கண்டறியலாம். ஆனால், சின்னஞ்சிறு கைத்துணியை உள்ளங்கையில் சுருட்டி வைத்திருக்கும் ஒருவனை அடையாளம் காண்பது எளிதல்ல. எனவே, சாலையில் செல்லும் பயணி யார்... போக்கிரி யார் என்ற வேறுபாட்டையே அறிய முடியவில்லை. எனவே, போக்கிரி என, சந்தேகப்படுகிற எல்லோரையும் அழிப்பதுதான் ஒரே வழி. போக்கிரிகள் பிறவிக் குற்றவாளிகள். குற்றம் அவர்களது ரத்தத்தில் கலந்துள்ளது. அது பரம்பரை பரம்பரையாக வருவது. அவர்களைத் திருத்த முடியாது; அழிப்பது ஒன்றுதான் தீர்வு என முடிவெடுத்த பிரிட்டிஷார் 1830-ம் ஆண்டு 'போக்கிரி ஒழிப்பு சட்டத்தை' கொண்டுவந்தார்கள். இந்தச் சட்டம், போக்கிரி எனச் சந்தேகப்படும் யாரையும், எந்த இடத்திலும், எந்த நேரத்திலும், எந்த நிலையிலும் சுட்டுக் கொல்லும் அதிகாரத்தை கும்பெனி ராணுவத்துக்கு வழங்கியது.

இந்திய நிலப்பரப்பெங்கும் வெறிபிடித்த வேட்டைநாயென கடித்துக் குதறிக் கொண்டிருந்த காலனிய ராணுவத்துக்கு

இந்தச் சட்டம் பெரும் வாய்ப்பை வழங்கியது. போர்க்களமற்ற சமவெளிப் பகுதியில்கூட மனிதர்களை கண்மூடித்தனமாக சுட்டுப் பொசுக்கும் உரிமையை அவர்கள் பெற்றனர். போக்கிரி ஒழிப்பில் புகழ் பெற்ற கும்பெனி அதிகாரி வில்லியம் ஸ்லீமேன், ஆறு ஆண்டுகளில் 3,266 போக்கிரிகள் கொல்லப்பட்டதைப் பற்றி பெருமையோடு பதிவு செய்துள்ளான்.

ஒரு நிமிடம் இந்த எண்ணிக்கையை மீண்டும் நினைத்துப் பாருங்கள். ஒரே ஓர் அதிகாரி கொடுத்துள்ள விவரம் இது. இது போன்று எத்தனை அதிகாரிகள்... எத்தனை ஆண்டுகள்... எத்தனை ஆயிரம் துப்பாக்கிகள் தோட்டாக்களைக் கக்கின? எத்தனை போக்கிரிகள் இந்த நிலமெங்கும் சுட்டுத்தள்ளப்பட்டு மண்ணில் சாய்ந்தனர்?

எண்ணி கணக்கு வைத்துக்கொள்ள வேண்டிய தேவை எவனுக்கும் இல்லை. இந்தியாவில் இருந்து பணி முடிந்து இங்கிலாந்துக்கு திரும்பியவர்கள், 'நான் இந்தியாவில் இத்தனைப் புலிகளை வேட்டையாடினேன். இத்தனை யானைகளை வேட்டையாடினேன்' என்று பெருமைகொள்ளும் பட்டியலில் போக்கிரிகளையும் சேர்த்துக்கொண்டார்கள். மனித வேட்டைக்கான லாபத்தை சட்டப்படி பெற்ற அவர்கள் எத்தனையோ குலங்களை, பழங்குடி மக்கள் கூட்டத்தை, நாடோடி இனங்களை வரைமுறையின்றி வேட்டையாடி அழித்தனர்.

கிழக்கிந்திய கும்பெனியின் தொடக்க காலத்தில் அவர்களின் கணக்கெடுப்புக்கும், வரிவிதிப்புக்கும், சட்ட ஒழுங்குக்கும் உட்படாதவர்களாக நாடோடி மக்கள் இருந்தனர். ஓரிடத்தில் தங்கி நிலையாக வாழ்பவர்களைத் தங்களது கட்டுக்குள் கொண்டுவருவதும், தங்களது ஆளுகையை ஏற்கச்செய்வதும், அவர்களிடம் அதிகாரத்தைப் பேணுவதும் காலனியவாதி களுக்கு எளிதான நடவடிக்கை. ஆனால், நிலைகொண்ட சமூகமாக அல்லாத நாடோடிச் சமூகங்களை அவ்வளவு எளிதாக இவ்வரையறைக்குள் கொண்டுவர முடியாது, எனவே, தங்களின் நிர்வாக வரைபடத்துக்குள் எளிதில் கொண்டுவரமுடியாத மக்கள் கூட்டத்தை அப்புறப்படுத்து வதைத்தான் நிரந்தரத் தீர்வாக அவர்கள் கருதினர்.

நகர்ந்துகொண்டே இருக்கும் தங்களின் ராணுவத்துக்கு இடையூறாக இருப்பவர்களை அழித்தொழிப்பதும், பரந்த சமவெளிப் பகுதியில் தங்களின் அரசியல் ஆதிக்கத்தை நிலைநிறுத்துவதும் பிரிட்டிஷாரின் முக்கியத் தேவைகளாக இருந்தன. இந்த அதிகாரத் தேவைக்காகத்தான் போக்கிரி களை 'பிறவிக் கொலைகாரர்கள்' என முத்திரை குத்தினர், 'கொலையை, பரம்பரைத்தொழிலாகச் செய்யும் ரகசிய சமூகம்' என அடையாளப்படுத்தினர். தனிப்பட்ட மனிதன் செய்யும் குற்றத்தை முன்வைத்து அவனது ஒட்டுமொத்த சமூகத்தையும் இனத்தையும் கூட்டத்தையும் ஒழித்துக் கட்ட, பல்வேறு வடிவங்களில் தாக்குதல்களை கட்டவிழ்த்துவிட்டனர்.

கற்பிதம் செய்யப்பட்ட கதைகள், அதன் அடிப்படையில் உருவாக்கப்படும் ஈவிரக்கமற்ற சட்டங்கள், அது வழங்கும் எல்லையில்லா அதிகாரத்தால் ஆண்டுக்கணக்கில் தோட்டாக் களைக் கக்கிக்கொண்டே இருந்த துப்பாக்கிகள்... என தொடர் நடவடிக்கைகளை அமைத்துக்கொண்டனர். எண்ணற்ற ஆண்டுகள் ஒரு சிறு கைத்துணிக்கு எதிராக பிரிட்டிஷாரின் துப்பாக்கிகள் சுடுவதை நிறுத்தவே இல்லை.

யாரெல்லாம் வெளிநாட்டு ஆக்கிரமிப்பாளர்களுக்கு எதிராகத் தங்களது மண்ணை, மக்களை, பண்பாட்டை, நீர்வளத்தை, கானகத்தை காத்துக்கொள்ள போரிட்டார்களோ, அவர்களெல்லாம் கொடூரமானவர்கள், கொலைகாரர்கள், பேராசை பிடித்தவர்கள், காட்டுமிராண்டிகள், நாகரிகமற்றவர்கள், அபாயகரமான வகுப்பினர் என்றுதான் ஆக்கிரமிப்பாளர்களால் வர்ணிக்கப் பட்டார்கள். இந்த அர்த்தத்தைத் தாங்கிய எண்ணற்ற சொற்களை மீண்டும் மீண்டும் பயன்படுத்தி சமூகத்தின் ஆழ்மனதில் பதியவைத்தார்கள். அச்சொற்களுக்குப் பின்னால் பயங்கரமான சமூகச் சித்திரங்களைத் தொடர்ந்து உருவாக்கினார்கள். இந்த மதிப்பீடுகளை இந்திய செல்வந்தர்களும், புதிய பணக்காரர்களும், பிரிட்டிஷ் நிர்வாகத்துக்கு ஆதரவாக மாறிக்கொண்டிருந்த சமூகப் பிரிவினரும் இறுகப் பற்றிக்கொண்டனர். அப்படித் தான் அது இந்திய சமூகத்தின் பொதுப்புத்தியில் நிலை கொண்டது.

'போக்கிரி', 'பொறுக்கி', 'கேப்மாரி', 'மொள்ளமாரி'... என்று நாம் அன்றாடம் பயன்படுத்தும் வசைச் சொற்களுக்குப் பின்னால் நூற்றாண்டுகளாக மனித ரத்தம் உறைந்துகிடக்கிறது.

நல்ல சொல் என்று சொற்களை வகைப்படுத்தும்போதே, கெட்ட சொல்லையும் நாம் பட்டியலிட்டுக் கொள்கிறோம். அந்தச் சொல் யாரால், எதற்காக கெட்ட சொல்லாக்கப்பட்டது? இந்திய மண்ணில் புரையோடிக்கிடக்கும் சாதியம், பெரும் மக்கள் கூட்டத்தின் அனைத்து அடையாளங்களையும் இழிவானதாக வகைப்படுத்தியது. காலனியம் தனது அதிகார நிலைநிறுத்தலின் பகுதியாகப் புதிய வசைச் சொற்களை உருவாக்கியது. நவீன இந்தியா இரண்டையும் ஒரு சேர சுமந்துகொண்டிருக்கிறது.

ஒரு சொல், நல்ல சொல்லாக அடையாளப்பட எத்தனையோ காரணங்கள் இருக்கலாம். ஆனால், ஒரு வசைச் சொல் உருவாக ஒரே ஒரு காரணம்தான் இருக்க முடியும். அது, சக மனிதனை கீழ்மைப்படுத்தி அவனது சுயமரியாதையைப் பொதுவெளியில் சுவைத்துப் பார்க்கும் அதிகாரவெறி மட்டுமே. மொழியால் வடிவமைக்கப்பட்ட விஷக்கொடுக்குதான் வசைச் சொல்லாக வடிவம்கொள்கிறது.

நல்ல சொல்லைப் பயன்படுத்த ஒருமுறை கூட யோசிக்கத் தேவை இல்லை. ஆனால், ஒரு வசைச் சொல்லைப் பயன்படுத்தும் முன்னர் பலமுறை யோசியுங்கள். அது தனிநபரையும், குழுக்களையும், மொத்த சமூகத்தையும் கேவலப்படுத்த உருவாக்கப்பட்ட சொல் என்பதை அறிந்து கொள்ளுங்கள். அடிமைத்தனத்தின் மிக மோசமான விளைவு, அடிமைப்படுத்தியவன் போன பிறகும் அவன் விட்டுச்சென்ற மிச்சத்தை நமது மூளையில் சுமந்து திரிவதுதான்.

பிரிட்டிஷ் ஆட்சிக்காலத்தில் இந்த மண்ணில் இருந்து கொண்டுபோகப்பட்ட வைரக்கற்கள் எத்தனை.... சிம்மாசனங்கள் எத்தனை? கணக்குப் போட்டு, தொடர்ந்து உரிமைகோருபவர்கள் அழிக்கப்பட்ட மனிதக் கூட்டங்கள் பற்றிப் பேசுவதே இல்லை. கோகினூர் வைரமும், மகாராஜாக்களின் உறைவாளும்தான் நமது பெருமையா? சொரணையற்ற மனிதக் கூட்டத்தை உருவாக்குவதில் ஆக்கிரமிப்பாளர்கள் அடைந்த வெற்றி, நமது மௌனத்தாலும் கோரிக்கையாலும் பிரகாசித்துக்கொண்டிருக்கிறது.

இப்பொழுது, 'போக்கிரி' என்ற சொல் ஒரு மீள் நினைவு. அழிக்கப்பட்ட சகோதரனைப் பற்றி ரத்தத்துக்குள் இருந்து கொப்பளித்து மேலெழும் ஆதி நினைவு. இப்படி நாம் எல்லோரும் சேர்ந்து மீட்டெடுக்கவேண்டிய எத்தனையோ சொற்கள் இருக்கின்றன. அவை வேறெங்கும் இல்லை; நம் கையருகேதான் இருக்கின்றன.

நண்பர்களே, நீங்கள் நடந்துபோகும் சாலையில் யாராவது, யாரையாவது பார்த்து 'போக்கிரி' என்று திட்டிக் கொண்டிருப்பதை காதில் கேட்டால், ஒரு நிமிடம் நின்று திரும்பிப் பாருங்கள். அந்த நபரையோ, அந்த தெருவையோ அல்ல; அந்தச் சொல்லுக்குப் பின்னால் இருக்கும் வரலாற்றை. அதில் இருக்கும் மயிர்கூச்செரியும் உண்மை, உங்களை கைகூப்பி வணங்கச் சொல்லும்.

3

பாவ மூட்டையின் எண்: 188

பாவ மூட்டைகளை இறக்க, காசிக்குப் பயணம் போனவர்களின் கதைகள் பல நூற்றாண்டுகளாகச் சொல்லப்பட்டுவருகின்றன. காசியிலும் ராமேஸ்வரத்திலும் நீராடுவதை, பாவம் போக்கும் புனித காரியமாக சைவ மதத்தில் நம்பிக்கைகொண்ட மக்கள் செய்துவருகின்றனர். தூர அளவைக் கணக்கிட்டுப்பார்த்தால் ஆயிரக்கணக்கான மைல் தொலைவைக்கொண்ட நகரங்கள் இவை. 'இவ்வளவு நெடுந்தூரப் பயணம் எப்படிச் சாத்தியமானது, அதற்கான சாலை வசதிகள் இருந்தனவா, போக்குவரத்து வாகனங்கள் எப்படி இருந்தன, பயண வழியின் அபாயங்கள் என்னென்ன,

அவற்றை எப்படிப் பயணிகள் சமாளித்தனர்?' என அடுத்தடுத்து கேள்விகள் எழுகின்றன.

உலகின் புராதன சாலை வழித்தடங்களைக் கொண்டது இந்தியா. இந்தியாவின் சாலைகளைப் பற்றிய பல குறிப்புகளை கிரேக்க வரலாற்றாசிரியர்கள் வழங்குகின்றனர். அர்த்த சாஸ்திரமும் சங்க இலக்கியமும் சாலைகளையும் பயணங் களையும் பற்றிய பல அரிய தகவல்களைத் தருகின்றன.

சந்திரகுப்தனின் அரசவைக்கு வந்திருந்த மெகஸ்தனீஸ் இந்திய சாலை முறைகளைப் பற்றி கூறும்போது, 'இந்தியர்கள் சாலை அமைப்பதில் மிகவும் கைதேர்ந்தவர்களாக இருந்தனர்' என்றும், 'சாலைகள் அமைத்த பிறகு, இரண்டு மைல் களுக்கு ஒரு கம்பம் நட்டு அதில் தூர விவரமும் கிளைச் சாலைகள் செல்லும் ஊரின் விவரமும் எழுதியிருந்தார்கள்' என்றும் குறிப்பிடுகிறார். ராஜபாட்டைகளில் அமைக்கப்பட்டிருந்த கூடாரங்களைப் பற்றி சரியான கணக்கு வைக்கப்பட்டிருந்ததோடு, அங்கு வழிச்செல் வோர் தங்குவதற்கு ஏற்பாடு செய்யப்பட்டிருந்ததாகவும் கூறுகிறார் மெகஸ்தனீஸ்.

அசோகனின் கல்வெட்டு ஒன்று, 'வழிச்செல்வோரின் நலன் கருதி, அரசன் வழிகளில் எல்லாம் கிணறு தோண்டச் செய்ததோடு, மரங்களையும் நடச்செய்தான்' எனக் குறிப்பிடு கிறது. அர்த்தசாஸ்திரத்தில் எந்த எந்தச் சாலைகள், எவ்வளவு அகலத்தில் அமைக்கப்படவேண்டும் என்ற குறிப்பு இடம் பெறுகிறது.

பரதன் ராமனைச் சந்திக்க சித்திரக்கூட மலைக்குச் சென்ற போது, அவனுடன் சாலையைச் செப்பனிட பல கூலியாட்கள் சென்றதாக ராமாயணம் கூறுகிறது. அரசன் செல்லும் பாதையில் இருக்கும் குண்டு குழிகள், அரசன் செல்லும் பொருட்டே சரிபடுத்தப்படுவது என்பது காலங்காலமாக நடந்து வரும் ஒரு செயல் என்பது இந்த இடத்தில் கூடுதல் தகவல் தான். மற்றபடி, பயணப் பாதையைச் சரிப்படுத்துவது, மிக முக்கியமான பணியாக இருந்துள்ளது என்பதைக் கவனம் கொள்க.

'ஜாதகக் கதை'யில், புத்தர் சாலையைச் செப்பனிடும் வேலையில் அவரே ஈடுபட்டதாகக் கூறப்பட்டுள்ளது. அதிகாலையில் எழுந்திருந்து கையில் அமுக்குக்கட்டையையும்

கோடாரியையும் எடுத்துக்கொண்டு வெளியில் செல்வார். நகரத்தின் சாலைகளிலும் சாலைகள் கூடுமிடங்களிலும் கிடக்கும் கற்களை அப்புறப்படுத்துவார். குறுகலான சாலைகளில் வண்டிகள் செல்லும்போது, வண்டிகளின் அச்சுக்களுடன் உராயும் மரம், செடி, கொடிகளை வெட்டி எறிவார். கரைகள் கட்டுதல், குளங்கள் வெட்டுதல், சத்திரம் கட்டுதல் போன்ற வேலைகளிலும் புத்தரும் அவருடைய சகாக்களும் ஈடுபட்டதாக 'ஜாதகக் கதைகள்' கூறுகின்றன.

மௌரியர்கள் காலம் தொடங்கி, முகலாயர்கள் காலம் வரை அனுமதிச் சீட்டு பெற்றே மக்கள் யாத்திரை செய்துள்ளனர். அனுமதிச் சீட்டு தரும் அதிகாரி, தரப்பட வேண்டிய தொகை, அதிகாரிகளின் கடமைகள் பற்றிய குறிப்புகள் நமக்குக் கிடைக்கின்றன.

'காசியைச் சேர்ந்த அந்தணன் ஒருவன் கன்னியாகுமரிக்கு யாத்திரை வந்தான்' என்ற குறிப்பு 'மணிமேகலை'யில் இடம் பெற்றுள்ளது. தனிமனிதனின் நீண்ட ஒரு யாத்திரையைப் பற்றிய தொடக்ககாலப் பதிவு இது. இந்திய நிலப்பரப்பின் மேற்பகுதியில் தொடங்கி மையப் பகுதியை ஊடறுத்து, தென் கோடிக்கு வந்துசேரும் நெடிய பயணம் இது.

வரலாற்றின் ஆரம்பகாலம் தொட்டு, அண்மைக்காலம் வரை நீடிக்கும் இந்தப் பயணம் பற்றிய துல்லியமான விவரங்கள் அடங்கியக் குறிப்புகள் நமக்குக் கிடைத்துள்ளனவா எனப் பார்த்தால், நவீனக் காலத்தில் ரயில் போக்குவரத்து அறிமுகமான பிறகு, தமிழகத்தில் இருந்து காசிக்குப் போகும் பாதையை, பயணிகளுக்கு அறிமுகப்படுத்தி எழுதப்பட்ட பதிவுகள் நமக்குக் கிடைக்கின்றன. 100 ஆண்டுகளுக்கு முன்னர் ராமேஸ்வரம் - காசி யாத்திரையும், காசிக்குச் செல்லும் மார்க்கமும் அடங்கிய 'யாத்திரவிளக்கன்' என்ற நூலை பூ.ரா. அப்பாதுரை முதலியார் பிரசுரித்தார்.

அதில் காசிக்குச் செல்லும் மார்க்கத்தைக் கீழ்க்கண்டவாறு அவர் தொடங்குகிறார்... 'சென்னைப்பட்டணம் பீச் ஜங் ஸ்டேஷனில் இருந்து, கூடூர் ஜங் ஸ்டேஷன் மார்க்கமாய், பெஜவாடா ஜங் ஸ்டேஷனுக்குப் போகவேண்டும். பின்னர் பெஜவாடா ஜங் ஸ்டேஷனில் இருந்து ராஜமகேந்திரம் ஸ்டேஷனுக்குப் போகவேண்டும். (குறிப்பு: ராஜமகேந்திரத்துக்கு அருகில் கோதாவரி நதியும் கோடிலிங்க தேவாலயமும் மார்க்

கண்டேயர் ஆலயமும் 4 மைலில் தவளேசுரம் அணையும் இருக்கின்றன. ராஜமகேந்திரத்தில் இருந்து படகு மூலமாக 60 மைலில் உள்ள பத்ராசலத்துக்குப் போகலாம்.வழியில் தங்கும் இடங்கள்: 1. தாள்ளப்புடி, 2. தும்பிக்குடம், 3. பாபிகுண்டா. படகு சார்ஜ்: ரூபா: 2) என வரிசைப்படுத்தி அடுத்தடுத்த ஜங்ஷன்கள் எவை எவை, அவற்றுக்கு அருகில் உள்ள கோயில்கள், நதிகள் அல்லது பார்க்க வேண்டிய இடங்கள், தங்குவதற்கு ஏற்ற இடங்கள்... எனப் பல விவரங்களை அவர் கொடுத்துள்ளார்.

'சரி, சிவஷேத்திரங்களுக்குச் செல்லும் யாத்திரையை சென்னை பீச் ஸ்டேஷனில் இருந்து ஏன் தொடங்க வேண்டும்?' எனக் கேள்வி எழுப்பினால், பயணக் குறிப்புக்காக எழுதப்பட்ட ஒரு நூல், சமூகநிலையைப் பற்றிய ஆவணமாகப் பரிமாணம் அடைவதை நாம் பார்க்கமுடியும். அதுமட்டும் அல்ல, எந்த ஷேத்திரங்களுக்குச் செல்வதாக இருந்தாலும் நிலைபெற்றுள்ள அதிகார ஷேத்திரத்தில் இருந்து தொடங்குவதே மரபாக இருந்துள்ளது.

ரயில் போக்குவரத்துத் தொடங்கிய பின்னர் உருவாக்கப் பட்ட பயணக் குறிப்புகள் இவை. அதற்கு முன் இந்தப் பயணங்கள் எப்படி நடந்திருக்கும் என்று ஆராய்ந்தால்,

நமக்கு ஓர் ஆச்சர்யமான பதிவு கிடைக்கிறது. தஞ்சாவூர் மன்னர் இரண்டாம் சரபோஜி, காசி-ராமேஸ்வரத்துக்கு மேற்கொண்ட பயண விவரம்.

நவீனப் போக்குவரத்து வாகன வசதிகள் இல்லாத காலத்தில், நடந்தே சென்ற பயணம் அது. பூ.ரா.அப்பாதுரை முதலியார் வெளியிட்ட 'யாத்திரை விளக்கன்' நூல் வெளியாவதற்கு 100 ஆண்டுகளுக்கு முன்னர் நிகழ்ந்த பயணம்.

1820-ம் ஆண்டு, அக்டோபர் மாதம் தஞ்சாவூரில் இருந்து மன்னர் தன் பயணத்தைத் தொடங்கியுள்ளார். இந்தப் பயணத்தில் பங்கெடுத்தவர்களின் எண்ணிக்கையே நம்மை ஆச்சர்யத்துக்கு உள்ளாக்குகிறது.

மன்னர், அவரது மனைவி, மன்னரின் உடல்நலத்தைப் பேண ஓர் ஆங்கில மருத்துவர், அவருக்கான உதவியாளர், ஓவியர் ஒருவர் உள்பட 3,000 பேர் பங்கெடுத்துள்ளனர். ஒரு நகரமே நகர்ந்துபோவதைப்போலத்தான் அவர்கள் நகர்ந்துள்ளனர். அவர்களுக்கான உணவு வசதி, தங்கும் ஏற்பாடுகள், முகாம் ஏற்பாடுகள், பல்லக்குகள், பார வண்டிகள், குளிரில் இருந்து காத்துக்கொள்ள கம்பளிகள் முதலிய ஏற்பாட்டோடு இந்தப் பெரும் பயணம் நடந்துள்ளது.

காசிக்குப் போய் வருவதற்கான துல்லியமான கால அளவைத் திட்டமிட முடியாவிட்டாலும், நீண்டகாலப் பயணமாக இது இருக்கும் என்பதை அறிந்து, பயணத்தைத் தொடங்குவதற்கு முன்னதாக, தனது ஒரே மகனாகிய சிவாஜிக்கு பட்டாபிஷேகம் செய்து கும்பெனி நிர்வாகத்துக்குத் தெரிவித்து, ஒப்புதல் பெற்றுத்தான் பயணத்தைத் தொடங்கியுள்ளார் மன்னர். அது மட்டும் அல்ல, தான் திரும்பி வரும் வரை செய்யவேண்டிய வேலைகளுக்கான அனைத்துவிதமான உத்தரவுகளையும் பிறப்பித்துள்ளார். அவற்றில் ஒன்று, உடன்வரும் பணியாளர்கள் சம்பந்தப்பட்டது.

பயணத்தில் தங்களுடன் வருகிறவர்களின் சம்பளத்தை அவர்களின் வீட்டில் சேர்ப்பிக்க வேண்டும் என்றும், அவர்கள் பயணம் முடித்துத் திரும்பும் வரை, அவர்களின் பேரிலோ அல்லது அவர்களின் வாரிசுகளின் பேரிலோ யாராவது புகார்கொடுத்தால், அதைத் தள்ளுபடி செய்யவேண்டும் என்றும், அவர்களின் வாரிசுகள் தங்களுக்குப் பிரச்னை

உருவாக்குகிறார்கள் என யார் மீதாவது புகார் கொடுத்தால், விசாரித்து, வம்பு செய்கிற அந்த நபர்களைத் தண்டிக்க வேண்டும் என்றும், தினந்தோறும் அவர்களின் நலனை விசாரித்து, அவர்களுக்குத் தக்க இனாம் கொடுக்கவேண்டும் என்றும் உத்தரவிட்டுள்ளார்.

பயணத்துக்கு முன்னால் செல்லும் முதற்குழு, 10 முதல் 12 நாழிகை பயண இடைவெளியில் தங்குவதற்கான சத்திரங்களைத் தேர்வு செய்துள்ளது. அவர்கள் முன்னே சென்று, சத்திரங்களைப் பார்வையிட்டு, அது தங்குவதற்கு ஏற்ற சுகமான வசதிகள்கொண்ட சத்திரமா, அவை எவ்வளவு பெரியதாக இருக்கிறது, அதில் மன்னரின் பல்லக்கும் ராணியின் பல்லக்கும் இறங்க முடியுமா, அல்லது ஒரு பல்லக்கு மட்டும்தான் இறங்கமுடியுமா, தண்ணீர் வசதி எப்படி இருக்கிறது, சாமான்கள் வைக்க போதுமான இடம் இருக்கிறதா, அருகில் கால்நடைகளுக்கான வைக்கோல், தீனி வகையறா போதுமான அளவு கிடைக்க வாய்ப்பு இருக்கிறதா போன்றவற்றை எல்லாம் அறிந்துவந்து முன்செல்லும் குழு தெரிவிக்கிறது. அதன் அடிப்படையில் தங்கும் முகாம்கள் தீர்மானிக்கப்பட்டுள்ளன.

1820-ம் ஆண்டு, அக்டோபர் மாதம் தஞ்சாவூரில் இருந்து புறப்பட்ட பயணக் குழு, நவம்பர் 2-ம் தேதி நெல்லூர் மாவட்டத்தில் தலமஞ்சிதுகடி என்ற ஊரில் முதலில் முகாம் அமைத்துத் தங்குகிறது. அதைத் தொடர்ந்து ராசபுடி, பெஜவாடா-மங்களகிரி, மிர்குவா, மிட்டகூப, ஸ்ரீஜகநாத், அம்ருத்பூர், கடக், ஸோரோ, தளேஸ்வரா, மூவர்பட்டா என, பல ஊர்களில் முகாமிட்டுத் தங்கி பயணத்தைத் தொடர்கிறது. ஒவ்வொரு முகாமிலும் தேவைக்கு ஏற்ப சில நாட்களோ சில வாரங்களோ தங்கியிருந்து ஓய்வெடுத்துக்கொண்டு பின்னர் பயணத்தைத் தொடர்ந்து, இறுதியாக 1821-ம் ஆண்டு ஜுலை 12-ம் தேதியில் காசியை அடைந்துள்ளனர். பயண காலத்தைக் கணக்கிட்டால், சுமார் ஒன்பதரை மாதங்கள் பயணித்து, தஞ்சாவூரில் இருந்து காசியைச் சென்றடைந்துள்ளது பயணக் குழு.

திரும்புகையில் காசி, பிரயாகை, நாக்பூர், நிர்மல், ராமாபேட, ஷாபாத், நந்தியால், கடப்பை, திருப்பதி, காளஹஸ்தி, காஞ்சி, பண்ருட்டி, மாயூரம், தஞ்சாவூர்

வழியாக சுமார் ஏழு மாதப் பயணத்தைத் தொடர்ந்து, 1822, மே 9-ம் தேதி பயணக் குழு ராமேஸ்வரத்தை அடைந்துள்ளது. மொத்தத்தில் காசிக்கு சென்று, திரும்ப ஏறத்தாழ இரண்டு வருடங்கள் ஆகின.

பயணத்தின்போது பலருக்கு உடல்நலம் இல்லாமல் போயுள்ளது. திடகாத்திரமான நபர்கள்கூட இறந்துபோனதாக குறிப்புகள் உள்ளன. மன்னரின் ஆரோக்கியத்தைப் பேண ஆங்கில மருத்துவர் டாக்டர் ஸட்டன் என்பவரை உடன் அழைத்துச் சென்றுள்ளனர். அவருக்கு சம்பளம் ரூ.700. அவருக்கு உதவியாளராகப் பணியாற்றிய இந்திய வைத்தியருக்கு சம்பளம் ரூ.20. எட்டுப் பெட்டிகளில் ஆங்கில மருந்து களையும் நாட்டு மருந்துகளையும் எடுத்துச் சென்றுள்ளனர்.

டாக்டர் ஸட்டன் தஞ்சாவூர் தொடங்கி காசி வரை பயணித்து மருத்துவ உதவிகள் செய்துவந்துள்ளார். மன்னரின் உடல்நலக் குறைவு பற்றிக் குறிப்புகள் எதுவும் இல்லை. ஆனால், மருத்துவம் பார்க்கச் சென்ற மருத்துவரின் உடல்நலம்தான் பிரச்னையாகி இருக்கிறது. என்ன பிரச்னை என்பது தெரியவில்லை. ஆனால், காசி முகாமில் இருந்து ஒற்றை வரியில் எழுதப்பட்டுள்ள குறிப்பு இவ்வாறு சொல்கிறது...

'டாக்டர் ஸட்டன் 1821, ஜூலை 10-ம் தேதி காசியில் பரலோகம் அடைந்து, தகனம் செய்யப்பட்டார்.'

அதன் பிறகு அவருக்கான சம்பள பாக்கியை கம்பெனியிடம் வழங்குவதா அல்லது அவரது குடும்பத்தினருக்கு அனுப்புவதா என்பது விவாதிக்கப்பட்டுள்ளது உதவிக்கு ரூ.20 சம்பளத்துக்கு நிச்சயிக்கப்பட்ட இந்திய மருத்துவரின் மரணம் எதுவும் பதிவுசெய்யப்படாததால் அவர் யாத்திரை முழுவதும் பங்கெடுத்து, பயணத்தை முடித்துள்ளார் என்பதை அறிய முடிகிறது.

பயணத்தில் எழுதப்பட்ட குறிப்புகளில் பல சுவாரஸ்யமான தகவல்கள் இடம்பெற்றுள்ளன. மன்னர் எழுதிய கடிதங்களில் அவரது மகன், அதாவது இளவரசன் குறித்த கவலை முக்கியமாக இடம்பெறுகிறது. 'இளவரசர் சாரட்டில் உலாவச் செல்வது உண்டு, ஆனால், அவர்

மாலைக்குள் அரண்மனைக்கு வருவது இல்லை. இரவு உணவுக்கு வராமல் கட்டமுது எடுத்துச் சென்று, இரவில் 11 மணிக்குத் திரும்புகிறார். இதைக் கேள்விப்பட்டு மனம் வருந்திய மன்னர், 'இனிமேல் இங்ஙனம் செய்யக் கூடாது, சாரட்டில் செல்லக் கூடாது' என்று உத்தரவு பிறப்பித்தார்'. ஒழுங்கான நேரத்துக்கு வீட்டுக்குச் சாப்பிட வராத பையன்களின் பல்சர் வண்டியைப் பிடுங்கிவைக்கும் இன்றைய அப்பாக்களைப் போலத்தான் மூவாயிரம் பேருடன் காசிக்குப் போன அன்றைய அப்பாவும் இருந்துள்ளார்.

அரசக் குடும்பத்து அம்மையார் சக்குவார்பாயி அம்மணி சாயேப் உடல்நலம் இல்லாமல் இருக்க, அவருக்கு மருத்துவம் செய்ய வந்த மருத்துவருக்கு கையையும் முகத்தையும் காட்ட மறுத்துவிட்டார். இதைக் கடிதத்தின் மூலம் அறிந்த மன்னர் 16-11-1821 கையில் இருந்து எழுதிய கடிதத்தில் 'உடல்நலம் பெற வேண்டுமாயின் மருத்துவருக்கு கையையும் முகத்தையும் காட்டுவது அவசியம்' என்று உத்தரவிட்டுள்ளார்.

ஆன்மிக நோக்கம்கொண்ட இந்தப் பயணம் சமூக வரலாற்று ஆவணமாகப் பல்வேறு விவரங்களைத் தனக்குள் சேகரித்து வைத்துள்ளது. பல நூறாயிரம் ரூபாய்கள் செலவு செய்து நிகழ்த்தப்பட்ட பெரும் பயணத்தின் விவரங்கள் அனைத்தும் மராட்டிய மொழியில், மோடி எழுத்துக்களில் விரிவாகப் பதிவுசெய்யப்பட்டன.

தஞ்சை சரஸ்வதி மஹாலில் பாதுகாக்கப்பட்டிருந்த மோடி ஆவணங்களை, 1950-களில் மேஜர் எஸ்.என். கத்ரே ஆய்வு செய்து, அவற்றின் பெரும் பகுதியை எழும்பூரில் உள்ள அரசு ஆவணக் காப்பகத்துக்கு அனுப்பிவைத்தார். பயனற்றது என அவர் கருதிய ஏடுகள் மட்டும் மூட்டையில் முடிச்சிடப்பட்டு தஞ்சை சரஸ்வதி மஹாலில் பாதுகாத்து வைக்கப்பட்டன.

ஷத்திரிய பூபாலர் ராஜஸ்ரீ மகாராஜா இரண்டாம் சரபோஜி மன்னரின் காசி யாத்திரை சம்பந்தப்பட்ட ஏடுகள் '188' என்ற எண் பொறிக்கப்பட்ட மூட்டைக்குள் இருந்தன. மோடி ஆவணங்களின் 60 கட்டுகளை தமிழுக்கு மொழிமாற்றம் செய்தபோது இந்த விவரங்கள் வெளிப்பட்டன. கே.எம்.வேங்கடராமையா உள்ளிட்ட ஆய்வாளர்கள் இதை ஆய்வு செய்துள்ளனர். அந்தக் காலம் பற்றிய பல்வேறு விவரங்கள் அடங்கிய நூற்றுக்கணக்கான மோடி ஆவணங்கள் இன்னும் தமிழில் மொழிபெயர்க்கப்படாமல் இருக்கின்றன.

இரண்டாம் சரபோஜி, காசிக்குச் சென்ற அந்தப் பெரும் பயணத்தின்போது எத்தனை மூட்டை முடிச்சுகள் கொண்டு செல்லப் பட்டன என்ற விவரங்கள் கிடைக்கப் பெறவில்லை. ஆனால், இந்தப் பயணமே '188' என்று எண்ணிடப்பட்ட மூட்டையில்தான் முடிச்சிடப்பட்டிருந்தது!

4

புகையிலை விடு தூது

ஆனந்த விகடனில் இயக்குநர் வெற்றிமாறன் எழுதிய 'மைல்ஸ் டு கோ' தொடரில் புகைபிடிப்பதைக் கைவிட்ட அனுபவத்தைப் பற்றிய தொரு கட்டுரை இடம்பெற்றிருந்தது. அந்தத் தொடரில் அது வித்தியாசமான, முக்கியமானதொரு கட்டுரையும்கூட. ஒரு நாளைக்கு 170 சிகரெட் புகைத்துக்கொண்டிருந்த ஒருவர், அதனை விட்டொழிக்க எடுத்த முயற்சிகள் பற்றியதொரு ஒப்புதல் வாக்குமூலம், கருகும் உண்மைகளால் எழுதப்பட்டுள்ளது.

புகையிலைப் பழக்கத்தைக் கைவிட வேண்டும் என்று தொடர்ந்து பலரும் பேசியும் எழுதியும் வருவதைப் பார்க்கிறோம். ஆனால், இந்த விழிப்புஉணர்வு உருவாகாத காலத்தில்,

புகையிலையைப் பற்றி ஓர் இலக்கியம் தமிழில் படைக்கப் பட்டுள்ளது. சுமார் 140 ஆண்டுகளுக்கு முன்பாக இராமநாதபுரம் சமஸ்தான வித்வானாகிய சர்க்கரைப் புலவரின் மகன் சீனிச்சர்க்கரைப் புலவர் 'புகையிலை விடு தூது' என்று ஒரு தூது இலக்கியத்தை எழுதியுள்ளார்.

மிகவும் சுவாரஸ்யமான தூது இது. தலைவியைப் பிரிந்து வாடும் தலைவன், அவளுக்கு அனுப்பும் தூதினையும், தலைவனைப் பிரிந்து வாடும் தலைவி அவனுக்கு அனுப்பும் தூதினையும்தான் அதுநாள் வரை தூது இலக்கியமாகப் புலவர்கள் பாடினர். ஆனால், முதன்முறையாக மிகவும் மாறுபட்டதொரு தூது இலக்கியம் தமிழில் படைக்கப்பட்டது. பழநி மலையில் குடிகொண்டுள்ள சுப்பிரமணியக் கடவுளின் மீது, ஒரு தலைவி புகையிலையைத் தூது அனுப்புவதாக இவ்விலக்கியம் படைக்கப்பட்டுள்ளது.

59 கண்ணிகளைக் கொண்ட இந்தத் தூது இலக்கியத்தில் 53 கண்ணிகள் புகையிலையைச் சிறப்பிக்கவே எழுதப் பட்டுள்ளன. சுப்பிரமணியன் மீதான காதலைவிட, புகையிலையின் மீதான காதலே உச்சத்தில் நிற்கிறது. இதுவும் ஒருவகையில் சீனிச்சர்க்கரைப் புலவரின் ஒப்புதல் வாக்குமூலம் என்றே கருதவேண்டியிருக்கிறது. புகையிலை மீது கொண்ட காதலால் உருகும் உண்மைகளைக் கொண்டு எழுதிய கவிதைகள்.

இதில் முக்கியமானது புகையிலையின் வரலாற்றுக் கதை. சீனிச்சர்க்கரைப் புலவர் சொல்லும் புகையிலையின் கதையை அறிந்துகொள்ளும் முன்னர், புகையிலை கண்டறியப்பட்டு இந்தியாவுக்கு வந்த கதையைக் கொஞ்சம் நினைவுபடுத்திக் கொள்வோம்.

1492-ம் ஆண்டு புகையிலை கண்டுபிடிக்கப்பட்டது. அதே ஆண்டுதான் அமெரிக்காவும் கண்டுபிடிக்கப்பட்டது. மனித குலத்தை அடிமைப்படுத்தத் துடிக்கும் இரு பெரும் சக்திகளின் கண்டுபிடிப்பில் இருக்கும் தற்செயல், நம்மை வியப்பில் ஆழ்த்தும். அதுமட்டுமல்ல, இரண்டின் மீதான போதையும் இன்னும் விட்டபாடு இல்லை.

கியூபா எனும் தீவைப் பரிசோதித்துவர அனுப்பப்பட்ட கொலம்பஸ் 'வாசனையுள்ள தழைகளைத் தங்கள் மேல் அணிந்து, தீப்பற்றியெரியும் கொள்ளிக்கட்டைகளை

வாயில் கவ்வியபடி உலவும் மனிதர்களை அங்கே கண்டேன்' என்று எழுதியதில் இருந்து தொடங்குகிறது புகையிலையின் வரலாறு. பின்னர் ஸ்பெயின் நாட்டு அரசரால் அனுப்பப்பட்ட ஃபிரான்சிஸ்கோ ஃபெர்னாண்டஸ் என்னும் பெயர் கொண்ட ஸ்பானியர், இந்த அற்புதத்தை கியூபாவில் இருந்து ஸ்பெயினுக்குக் கொண்டுவந்தார்.

பிரெஞ்சு ஜனாதிபதி ஜீன் நிக்காட் என்பவர், 1560-ம் ஆண்டு இந்தப் புகையிலைச் செடியை ஸ்பெயின் நாட்டிலிருந்து ஃபிரான்ஸுக்குக் கொண்டுசேர்த்தார் (புகையிலையின் பொதுப்பெயராகிய 'நிக்கோட்டின்' என்பது நிக்காட் என்னும் இவரது பெயரில் இருந்தே வந்திருக்கவேண்டும் என்ற கருத்து உண்டு.)

1565-ம் ஆண்டில் வால்டர் ராலே என்பவர், இங்கிலாந்துக்குப் புகையிலையை அறிமுகப்படுத்தி, பெரும் வணிகப் பொருளாக மாற்றி வெற்றிகண்டார். இவரைப் பற்றிய கதையொன்று உள்ளது. இங்கிலாந்துக்கு புகையிலை அறிமுகமாகத் தொடங்கிய அந்த ஆரம்ப காலத்தில், தனது அழகு நிரம்பிய மாளிகையில் ஒரு மாலை நேரத்தில் இவர், புகையிலையை மிகவும் ரசித்து பிடித்துக்கொண்டிருந்திருக்கிறார். அப்பொழுது தொண்டை வறண்டு, தாகமெடுத்துள்ளது. தனது வேலைக்காரனை, குடிக்க பீர் கொண்டுவரும்படி சத்தம் கொடுத்துள்ளார். சிறிது நேரத்தில் அந்த பணியாளர் கையில் பீர் நிரம்பிய பாத்திரத்தை எடுத்துக்கொண்டு அறைக்குள் வந்திருக்கிறார். வந்தவுடன் கண்ணில்பட்ட காட்சி அவருக்குப் பெரும் அதிர்ச்சியைக் கொடுத்துள்ளது.

தனது முதலாளியின் வாயிலும் மூக்கிலும் இருந்து புகை அடர்ந்து மேலெழும்பி இருக்கிறது. அய்யோ தனது முதலாளி மீது நெருப்பு பற்றியெறிகிறதே என்று பதறிப்போன அவர், தான் கொண்டுவந்த பாத்திரத்தில் இருந்த பீரை அப்படியே முதலாளியின் தலையில் கவிழ்த்தாராம்.

கதையின் தொடர்ச்சி எழுதப்படவில்லை, ஆனால், புரிந்து கொள்வது கடினம் அல்ல. முதலாளி மீது பற்றியெறிந்தது நெருப்பல்ல என்பதை அவருக்குப் புரியவைத்திருப்பார்கள். சிறிது கால இடைவெளியில், மீண்டும் அவர் மீது அந்த நெருப்பு பற்றி எரிந்திருக்கும். எரிவது நெருப்பு அல்ல என்ற விழிப்புஉணர்வை அவரைச் சுற்றியிருந்தவர்களும் சமூகமும் அப்போது அடைந்திருக்கும். இந்தக் கதையே விழிப்பு உணர்வுக்காக உருவாக்கப்பட்டதாகக்கூட இருக்கலாம். அறியாமையில் இருந்து மக்களை மீட்கவேண்டிய பொறுப்பு அரசாங்கத்துக்கு இருக்கிறதல்லவா! அவர்கள் அதனைச் செவ்வனவே செய்திருப்பார்கள்.

இவ்வாறாக, புகையிலையின் காரப்புகை இங்கிலாந்தைச் சூழத் தொடங்கிய சிறிது காலத்தில், அரசர் முதலாம் ஜேம்ஸின் உத்தரவின் பேரில் தாமஸ் ரோ என்பவர் 1615-ம் ஆண்டு, இந்தியாவை ஆண்டு கொண்டிருந்த மொகலாயச் சக்கரவர்த்தி, ஜஹாங்கீரை அவரது அரசவையில் வந்து சந்தித்தார். அப்போது அவர் புகையிலையையும் அயர்லாந்தின் உருளைக்கிழங்கையும் கொண்டுவந்தார். தாமஸ் ரோ கொண்டுவந்த ருசி மிகுந்த அந்தப் பொருட்களை இந்திய மக்கள் சுவைத்து மகிழ்ந்தனர். வெகுசில காலத்திலேயே உருளைக்கிழங்கு நம் மண்ணிலும், புகையிலைச் சுருட்டு நம் வாயிலும் ஆழப் புதைத்து நட்டுவைக்கப்பட்டன.

புகையிலைக் கண்டறியப்பட்டு இந்தியாவுக்கு வந்த வரலாறு இப்படி இருக்க, சீனிச்சர்க்கரைப் புலவரோ புகையிலைக்கான புதியதொரு கதையை தனது தூது இலக்கியத்தில் சித்தரிக்கிறார்.

முன்பொரு காலத்தில் சிவன், திருமால், பிரம்மா மூவருக்குள்ளும் ஒரு வழக்கு உண்டாயிற்று. அதனைத் தீர்த்துக்கொள்ளும் பொருட்டு தேவர்களின் இந்திரசபைக்குச் சென்று தங்களது வழக்கை எடுத்து வைத்துள்ளனர். அவற்றைக் கேட்ட தேவர்கள், “உங்களது வழக்கைப் பிறகு

கவனிப்போம்" என்று சொல்லி அந்த மூவர்களிடத்திலும் வில்வம், திருத்துழாய், புகையிலை என்னும் மூன்றையும் கொடுத்து, அவற்றை மறுநாள் கொண்டுவரச்சொல்லி அனுப்பியுள்ளனர்.

அவர்கள் மூவரும் சரி என்று சொல்லி தங்கள் இருப்பிடம் நோக்கிப் புறப்பட்டுச் சென்றனர். சிவபெருமானிடம் கொடுத்தனுப்பிய வில்வத்தை அவரின் காலடியில் ஓடிக்கொண்டிருந்த கங்கையின் அலை கொண்டுபோயிற்று. திருமாலிடம் கொடுத்தனுப்பிய திருத்துழாயை, அவர் துயில் கொண்டிருந்த பாற்கடலின் அலை கொண்டுபோயிற்று. பிரம்மதேவரோ தாம் பெற்றுவந்த புகையிலையை வேறெங்கும் வைக்காமல், தம் நாவிலுள்ள கலைமகளிடத்தில் கொடுத்துவைத்துள்ளார்.

மறுநாள் மூவரும் விண்ணவரின் சபைக்கு வந்தபோது, தேவர்கள், "நாங்கள் உங்களிடம் கொடுத்தனுப்பிய பொருளைக் கொடுங்கள்" என்று கேட்க, சிவபெருமானும் திருமாலும் திருதிருவென விழித்தபடி, "எங்களிடம் கொடுத்த பொருட்கள் போயின" என்று கூறியுள்ளனர். அதனைக் கண்ட பிரம்மதேவர் மகிழ்ச்சியுற்று, கலைமகளிடத்தில் இருந்த புகையிலையை வாங்கி, "இதோ என்னிடத்தில் கொடுத்தனுப்பிய பொருள்" என்று சொல்லி, சபையின் முன் வைத்து, "மற்றவர்களிடம் கொடுத்தனுப்பிய பொருள் போயின, என்னுடையது போகையிலை" என்று கூறினாராம். அவர் கூற்றில் புகையிலை என்பது மருவி, 'போகையிலை' என்னும் பெயர் தோன்றியது என்கிறார் சீனிச் சர்க்கரைப் புலவர். ஆகாயம் புகையிலையின்சுருட்டுப் புகை போல் இருப்பதால், இறைவன் ஆகாயமே திருமேனியாக ஆனா ரென்பது இவர் தரும் கூடுதல் விளக்கமாகும்.

இந்தத் தூது இலக்கியத்தில் ஒவ்வொரு தெய்வத்தையும் சிலேடையாக, புகையிலையுடன் ஒப்பிட்டு எழுதப்பட்டுள்ள பகுதி மிக முக்கியமானது. குறிப்பாக யானைத் தோலால் ஆகிய உரியை மேலே போர்த்தி, திருக்கரத்தில் நெருப்பை ஏந்தி, நெற்றியில் வெண்ணீற்றை அணிந்த சிவபெருமானை, அதேபோல தோலால் ஆகிய போர்வையை சுருட்டிப் போர்த்தி, நெருப்பை ஏந்தி, வெண்சாம்பலை முனையில் அணிந்துகொள்ளும் புகையிலையும் ஒன்றென சிலேடை

கதைகளின் கதை 40

சொல்கிறார். இதேபோல திருமாலையும் பிரம்மதேவனையும் புகையிலையுடன் ஒப்பிட்டு, சிலேடைக் கவிதையை அள்ளித் தெளிக்கிறார்.

சாராயத்தை, 'புகையிலைக்குத் தம்பி' என்று வர்ணிக்கும் இவர். 'மோகப் பயிராய் முளைத்த புகையிலை' என உவமை அளிக்கிறார். இந்தக் கவி விளை யாட்டின் உச்சம் 'தமிழ்போல் தனது நாவில் விளையாடும் புகையிலை' என அவர் முடிவுக்கு வந்ததுதான்.

இந்தத் தூது இலக்கியத்தை மிக முக்கியமானதாக நான் கருதுவதற்குக் காரணம், அது வரை தூது இலக்கியத்தில் பாடப்படாத புதியதொரு பொருளைத் தூது அனுப்பியதால் அல்ல; மாறாக, அது வரையில் சொல்லப்பட்ட கடவுள்கள் பற்றிய சித்தரிப்பில் இது ஒரு தலைகீழ் மாற்றத்தைக் கொண்டுள்ளது என்பதுதான்.

மதங்கள் உருவாக்கிய கடவுள்களும், மக்கள் உருவாக்கிய தெய்வங்களும் அடிப்படையில் வெவ்வேறானவை. மதங்கள் உருவாக்கிய கடவுள்கள் வேதங்களில் இருந்து பிரணவ மானவை என்று சொல்லப்படும் கற்பிதக் கருத்துருக்கள். மக்கள் உருவாக்கிய தெய்வங்களோ கொலைகளில் இருந்து உதித்தவை, மரணங்களில் இருந்து பிறந்தவை. படையெடுப்பில் இறந்தவர்கள், காவலுக்குப் போன இடத்தில் இறந்தவர்கள், எதிரிகளிடமிருந்து தங்களின் இனத்தை, கூட்டத்தை, ஊரைக் காக்க உயிர்த் தியாகம் செய்தவர்கள், பலாத்காரத்தின்போது இறந்துபோன பெண்கள், தந்தை இறந்து சுடுகாட்டுத் தீயில் வெந்துகொண்டிருந்தபோது, துக்கம் தாளாமல் தானும் தீயில் விழுந்து செத்துப்போன சீலைக்காரிகள்தான் மக்கள் உருவாக்கிய தெய்வங்கள்.

மக்கள் உருவாக்கிய தெய்வங்கள் அனைத்தும் ஏற்கெனவே மனிதனாக இருந்து மரணித்தவர்கள். எனவே, அவர்களை வழிபடும்போது அவர்கள் விரும்பிய உணவு வகைகளைப் படையலிட்டு வணங்கும் முறை சங்க காலத்தில் இருந்து தொடர்ந்து வருவதாகும். இறந்துபோன முன்னோரை நடுகல்லாக நட்டு, அவன் விரும்பி உண்ட மதுவையும் உணவுப் பொருளையும் படையலிட்டு வணங்கும் முறை இன்றும் தொடர்கிறது. ஆனால், மதங்கள் உருவாக்கிய

கடவுளுக்கு அப்படி அல்ல, சாஸ்திர, சம்பிரதாயங்கள் சொல்லியுள்ளபடி பூஜை, புனஸ்கார, நைவேத்தியங்கள்தான்.

சீனிச்சர்க்கரைப் புலவர் இயற்றிய தூது இலக்கியத்தில் ஒரு தலைகீழ் மாற்றத்தை நாம் பார்க்கமுடியும். உழைக்கும் மக்களின் வழிபாட்டு மரபில் அவர்கள் விரும்பி உண்ட மதுவையும் சுருட்டையும் கறியையும் படையலிட்டு வணங்கும் பழக்கத்தை, வேதக் கடவுள்களின் புராணப் படிமங்களுக்குள் கொண்டுபோய் செருகியுள்ளார். சுப்பனும் மாடனும் கருப்பணசாமியும் பாண்டிமுனியும் விரும்பிக் குடித்துக்கொண்டிருந்த சுருட்டையும் புகையிலையையும் இப்போது சிவனும் பிரம்மாவும் திருமாலும் குடிக்கத் தொடங்கினர். பிராமணீய வழிபாட்டு மரபுக்குள், உழைக்கும் மக்களின் வழிபாட்டு விழுமியங்கள் உள்நுழைந்துள்ளன.

இந்திய சமய வரலாற்றில், வழிபாட்டு மரபில் மேல்நிலையாக்கத்திற்குத்தான் கீழோர் தெய்வங்கள் ஆட்பட்டுள்ளன. ஆனால், கீழோரின் வழிபாட்டு முறைக்கு மேலோர் தெய்வங்களை உட்படுத்தும் முறை ஒன்றை சீனிச்சர்க்கரைப் புலவரின் தூது இலக்கியத்தில் பார்க்கும்போது, ஆச்சர்யப்படுவதைத் தவிர்க்க முடியவில்லை. இந்தக் கதைக்குள் இருப்பது முற்றிலுமானதொரு புதுமை; மரபு மீறல்; ஒருவகை துணிவு.

இவ்விஷயத்தில் இன்னோர் ஆச்சர்யம், இந்த இலக்கியத்தைப் பதிப்பித்தவர் பற்றியது. இந்தத் தூது இலக்கியத்தைக் கண்டறிந்து, பதிப்பித்தவர் தமிழ்த் தாத்தா உ.வே.சா. 1939-ம் ஆண்டு அதனைப் பதிப்பித்து, மிகச் சிறப்பான முகவுரை ஒன்றையும் எழுதியுள்ளார். உ.வே.சா-வின் தனிப்பட்ட வாழ்வை அறிந்த எல்லோருக்கும் தெரியும், அவர் ஆச்சார அனுஷ்டானங்களில் சிறு பிசகும் இல்லாமல் வாழ்வை நடத்தியவர். அவர் கண்ணில் இப்படி ஓர் இலக்கியம் தட்டுப்பட்டபோது, இது தெய்வ நிந்தனை என்று பதிப்பிக்காமல் போயிருந்தால், இந்த இலக்கியமே தமிழுக்கு இல்லாமல் போயிருக்கும். புகை தேவையா, இல்லையா, இது புனிதமா, தீட்டா என்று பார்க்காமல், 'தமிழுக்கு இது புதியது' என்ற முடிவுக்கு வந்து பதிப்பித்திருக்கிறார்.

இன்றைய காலச்சூழலில், இப்படி ஓர் இலக்கியத்தை ஒருவர் படைத்துவிட முடியுமா என்பது கேள்விக்குறிதான். 140 ஆண்டு காலச் சுழற்சியில் நாம் முன்னோக்கித்தான் நகர்ந்திருக்கிறோமா என்பதை நம்மை நாமே கேட்டுக்கொள்ள வேண்டியிருக்கிறது. வாயில் கொள்ளிக்கட்டையுடன் கொலம்பஸ் பார்த்த மனிதனில் தொடங்கி பிரம்மன் புகையிலையை கலைமகளிடம் கொடுத்தது வரையிலான காட்சிகளை ஒரு சித்திரக்கதையாக வரைந்துவிட முடியுமா என்ன? சமஸ்தானத்துப் புலவர்கள் இன்றைய ஜனநாயக காலத்தைவிட சுதந்திரமான சூழலிலா வாழ்ந்தார்கள்? கேள்விகள் அடுக்கடுக்காய் மேலெழுகின்றன. ஆனால், கேள்விகளுக்கு அப்பாற்பட்ட முடிவுகளும் உருத்திரளத்தான் செய்கின்றன. பாட்டுடைத் தலைவனை, இறைவனைப் பற்றி தூது இலக்கியம் படைக்கும்போது, இறைவனைவிட, புகையிலையின் மீது அபரிமிதமான காதல் கொண்ட சீனிச் சர்க்கரைப் புலவரையும், அதைவிட தமிழின் மீது பெருங்காதல் கொண்ட உ.வே.சா-வையும் நாம் காண்கிறோம். இவ்விருவரின் காதலுக்கும் புகையிலையே சாட்சி. அதுசரி, காதலுக்கும் புகையிலைக்கும் அப்படி என்னதான் சம்பந்தமோ?

5

வவுச்சரின் வரலாறு

சென்னைக் கோட்டைக்கு தினமும் கோரிக்கை மனுவோடு நூற்றுக்கணக்கானோர் வந்து குவிகின்றனர். விதவிதமான கோரிக்கைகள், விதவிதமான எதிர்பார்ப்புகள். அது ஆள்வோர்களால் தீர்த்துவைக்கப்படும் என்ற நம்பிக்கை. கோட்டையின் ஓரம் இருக்கும் புங்கமர நிழலில், கலங்கிய கண்களோடு மக்கள் காலங்காலமாகக் காத்திருக்கின்றனர். எவ்வளவு கசப்பான அனுபவம் ஏற்பட்டாலும், நம்ப ஆரம்பித்த ஒன்றின் மீதான நம்பிக்கையைக் கைவிடுவது அவ்வளவு சுலபம் அல்ல.

'சரி, சென்னைக்கு வந்து மனு கொடுக்கும் பழக்கம் எப்பொழுது ஆரம்பித்தது... முதன்முதலில் அதைத்

தொடங்கிவைத்தது யார்... அது என்ன கோரிக்கையாக இருந்திருக்கும்?' என்று கேள்வி எழுப்பினால், வென்றவர்களை, வீழ்ந்தவர்கள் நம்ப ஆரம்பித்த துரதிர்ஷ்டமான தொடக்கக் காலத்தைப் பற்றி நாம் அறிந்துகொள்ளலாம்.

வந்தவாசி பாளையக்காரன், பிரிட்டிஷ்காரர்கள் கோட்டை கட்டுவதற்காக, 5 கி.மீ நீளமும், 2 கி.மீ அகலமும்கொண்ட இடத்தை இரண்டு ஆண்டு காலம் பயன்படுத்திக்கொள்ள தானப்பத்திரம் எழுதிக் கொடுத்தபோது, நிலத்தின் சமநிலையில் மாற்றங்களுக்கான அறிகுறிகள் தொடங்கின. கிழக்கிந்திய கம்பெனியின் 'ஃபிரான்சிஸ் டே' (Francis Day) நவீன அகத்தியனாக தானம் பெற்ற நிலத்தில் வந்து நின்றதும், தமிழ் நிலத்தின் வடகிழக்கு முனை அழுத்தம் தாளாமல் கீழிறங்கத் தொடங்கியது. அது வரையில் தென் பகுதியிலும் மத்தியப் பகுதியிலும் இருந்த அதிகார மையங்கள் அனைத்தும் தானபூமியை நோக்கி, தானே சரிந்து வந்து விழுந்தன.

சங்க காலந்தொட்டு தமிழ்நிலத்தில் வணிகத்துக்கும் பயணத்துக்குமான எண்ணற்ற பெருவழிகள் இருந்ததை வரலாறு நெடுகிலும் பார்க்கலாம். அதியமான் பெருவழி, கொற்கைப் பெருவழி, பட்டினப் பெருவழி, தஞ்சாவூர் பெருவழி, ராஜகேசரிப் பெருவழி, கொங்குப் பெருவழி என எண்ணற்றப் பெருவழிகள், தமிழகத்தின் நகரங்களைப் பிற பகுதிகளோடு இணைத்தன. ஆனால், வரலாற்றில் இதுநாள் வரை இல்லாத ஒரு திசைவழி நோக்கி புதிதாக ஒரு பெருவழி அமைக்கப்பட்டது. அதுதான் தெற்கு மற்றும் மேற்குத் திசையில் இருந்து சென்னையை நோக்கி நீண்ட பெருவழி.

இப்பெருவழி அமைக்கப்பட்டு சில பத்தாண்டுகளில் உப்பிப் பெருகியது சென்னை. சென்னை நோக்கிய அந்தப் புதிய வழியில் முதலில் படைப் பிரிவுகளும், ராணுவத் தளவாடங்களும்தான் நகர்ந்தபடி இருந்தன. அதனைத் தொடர்ந்து வணிகத்துக்கான சாலை வழியாக அது மாற்றம் அடைந்தது. பாம்பின் கிளை பிரிந்த நீள்நாக்குபோல தமிழகத்தின் தெற்கு மற்றும் மேற்குத் திசை நோக்கி நீண்ட இந்தச் சாலைகள் எல்லா வளங்களை சென்னையை நோக்கி இழுத்துக்கொண்டன. வளத்தின் பின்னே வாழ்வைத் தேடி மக்கள் கூட்டம்

கூட்டமாக நகரத் தொடங்கினர். நகரத் தொடங்கியவர்களின் எண்ணிக்கை கணக்கின்றிப்பெருகியது. வண்டிச் சாலைகளுக்குத் துணையாக ரயில் தண்டவாளங்களும் அமைக்கப்பட்டன. எழும்பூரிலும் சென்ட்ரலிலும் புகை வண்டிகள் வந்து முட்டி நிற்க, ஜனக்காடு இறங்கி கோட்டை நோக்கி ஓடிக்கொண்டே இருக்கிறது.

சென்னைக் கோட்டைக்கு மனு கொடுக்க வந்த அந்த முதல் மனிதன் யாராக இருக்கும்? எனது நோக்கம் முதன்முதலாக கோரிக்கை மனுவோடு போன நபரைத் தேடிக் கண்டு பிடிப்பது அல்ல. ஆனால், தற்செயலாக நான் கண்டறிந்த ஒரு குழுவைப் பற்றி அறிய வந்தபோது, அவர்களாகத்தான் இருக்கக் கூடும் என்ற எண்ணம் தோன்றியது.

தமிழகத்தின் மிகப் பிரமாண்டமான கோட்டைகளில் முக்கியமானது மதுரைக் கோட்டை. இந்தக் கோட்டையை இடிப்பது என்று, 1840-களில் மதுரை கலெக்டர் பிளாக் பெர்ன் முடிவெடுத்தான். 'சுமார் ஆறரை மைல் நீளமும், 25 அடி அகலமும், 30 அடி உயரமும் கொண்ட இந்தக் கற்கோட்டையை இடித்து முடிப்பது சாதாரண வேலை அல்ல. அதற்குத் தேவையான பணமும் மாவட்ட நிர்வாகத்திடம் இல்லை, என்ன செய்யலாம்?' என்று யோசித்த கலெக்டர், 'யாரெல்லாம் கோட்டைச் சுவரை இடித்து அருகில் உள்ள அகழியை மூடுகிறார்களோ, அந்த இடம் அவர்களுக்கே சொந்தம்' என ஓர் அறிவிப்பைச் செய்தான்.

அன்றைய மதுரையின் மக்கள்தொகை சுமார் 30 ஆயிரம். எல்லோரும் கடப்பாறை, குத்தீட்டிகளோடு கோட்டை நோக்கிப் புறப்பட்டனர். எல்லோருக்கும் இடம் கொடுத்து, மீதி இடத்தோடு கோட்டை காத்திருந்தது. இந்தியாவில் கட்டப்பட்ட எல்லாக் கோட்டை களும் எதிரிகளால்தான் இடிக்கப்பட்டன.மதுரைக் கோட்டை மட்டும்தான் தன் சொந்த மக்களால் இடிக்கப்பட்டது. எல்லாக் கோட்டைகளையும் ஆயுதம்கொண்டு தகர்த்த பிரிட்டிஷ்காரன், மதுரைக் கோட்டையை மட்டும் ஆசையைக்கொண்டு தகர்த்தான். மனிதக் கண்டுபிடிப்பிலேயே கால மாற்றத்தாலும், தொழில்நுட்ப வளர்ச்சியினாலும் பழைமையாகிவிடாத, ஒரே ஆயுதம் அதுதானே!

பிளாக்பெர்ன் எடுத்த இந்த முடிவு அவ்வளவு சுலபமாக நிறைவேறிவிடவில்லை. இதை எதிர்த்து மதுரையில் இருந்த சிலர் சென்னை சென்று, கவர்னரைச் சந்தித்து மனு கொடுத்தனர். இதன்பேரில் கலெக்டர் சிறிது காலம் நடவடிக்கைக்கு உட்படுத்தப்பட்டார். பின்னர் மேல்முறையீடு செய்து வெற்றிபெற்று, கோட்டையை இடித்து முடித்தார்.

நான் அறிந்தவரை, தென்தமிழகத்தில் இருந்து சென்னைக்குப் போய் அரசாங்கத்திடம் மனுகொடுத்த முதல் பொதுஜனம் இவர்களாகத்தான் இருக்கக்கூடும். இதைத் தவிர, அரசாங்கத்திடம் முறையிடக்கூடிய ஒரு பொதுக்கோரிக்கை *1840*-களுக்கு முன்னர் வேறு எதுவும் இருந்திருக்க வாய்ப்பு இல்லை. போரிட்ட தலைமுறை வீழ்ந்து மடிந்து, புதிதாகப் பிறந்த அடிமைத் தலைமுறை எஜமானர்களை நம்பி, தாழ்பணிந்து தங்களது விண்ணப்பத்தை வைக்கத் தொடங்கியது.

மனுதாரர்களின் பெயர் தெரியவில்லை, ஆனால், கோரிக்கைகளும் விளைவுகளும் தெளிவாகப் பதிவாகியிருக்கின்றன. மதுரையிலிருந்து சென்னை கோட்டைக்குப் போய் மனுகொடுத்த இவர்கள் எந்த வழித்தடத்தில் சென்னை நோக்கிப் போனார்கள்? இதற்கு முன்னால் மதுரையிலிருந்தோ அல்லது தென்தமிழகத்தில் இருந்தோ அல்லது வேங்கடம் முதல் குமரி வரை பரவிக்கிடந்த தமிழ் நிலப்பரப்பின் எந்தப் பகுதியில் இருந்தோ, குடிமக்கள் யாரும் சென்னைக்குப் போனது இல்லை.

ஈராயிரம் ஆண்டுகளாக கிரேக்கம், கடாரம், காசி எனப் பெரும் பயணம் போன தமிழன், முதன் முறையாக சென்னை என்றொரு ஊருக்குப் பயணம் புறப்பட்டுள்ளான். வரலாற்றின் எந்தக் கட்டத்திலும் அவனை ஆண்ட அரசனோ, அவன் கும்பிட்ட கடவுளோ இல்லாத ஊர் இது. இந்த ஊருக்கு அவன் எந்த வழித்தடத்தில் போனான்? போக்குவரத்துக்கான வாகனமாக எதைப் பயன்படுத்தினான்? எத்தனை நாட்களில் சென்னை சென்று அடைந்தான்? என்ற பதிலில்லாக் கேள்விகள் நீண்டுகொண்டேயிருந்தன.

ஒருநாள் தற்செயலாக அமெரிக்கன் மெஜுரா மிஷனரி *(AMM)* பற்றியதோர் ஆவணம் கிடைத்தது. மதுரை மற்றும்

தென்மாவட்டங்களில் இந்த மிஷனரிமார்கள் செய்துள்ள சமூகப்பணிகள் மிக முக்கியமானவை. அவற்றைப் பற்றி அறிந்துகொள்ளும் ஆர்வத்தில் அந்த ஆவணத்தைப் படித்துக்கொண்டிருந்தபோது அதில் இருந்த ஒரு செய்தி ஆச்சர்யத்தைக் கொடுத்தது. 1850-களில் மிஷனரிமார்கள் மதுரையில் இருந்து சென்னைக்குச் செல்வதற்கான போக்குவரத்து முறைகளைப் பற்றி ஆலோசனை கூறும் பகுதி அது.

அந்தக் காலத்தில் முக்கியமான போக்குவரத்து வாகனமாக மாட்டுவண்டிதான் இருந்தது. செல்வந்தர்கள்தான் பல்லக்குகளை அதிகம் பயன்படுத்தி உள்ளனர். ஒரு பல்லக்கைத் தூக்கிச் செல்ல 12 பேர்கள் கொண்ட குழு தேவைப்பட்டுள்ளது. இதில் ஒருவர், தீப்பந்தம் ஏந்திச் செல்பவர். ஒருவர், உதவிகள் செய்யும் கூலி ஆள். பத்து பேர், பல்லக்குத் தூக்கிகள். ஒரு நாளைக்கு சுமார் இருபது மைல் வேகத்தில் இவர்கள் பல்லக்கைத் தூக்கியபடி நடந்து செல்வார்கள். நவம்பர் 19-ம் தேதி மதுரையில் இருந்து புறப்பட்ட ஒரு குழு, டிசம்பர் 4-ம் தேதி மதராஸ் வந்து அடைந்திருக்கிறது. ஒரு குடும்பத்துக்கு நாலு பல்லக்குகள் தேவைப்பட்டன. அதற்கான செலவு ரூ. 350. ஒரு பல்லக்குக்கான செலவு ரூ. 87.50 ஆகும். மதராஸ் செல்ல மேலூர், திருச்சி வழியாகச் சென்றுள்ளனர்.

அதுவே மாட்டு வண்டியைப் பயன்படுத்தும்போது, செலவு வெகுவாகக் குறைகிறது. பயண நாட்களும் குறைகின்றன. எனவே, பல்லக்குப் பயணத்தைத் தவிர்த்துவிட்டு, மாட்டு வண்டிப் பயணத்தை மேற்கொள்ளுமாறு இறைப்பணியாளர் ஒருவர் தனது சகாக்களுக்குப் பரிந்துரை செய்துள்ளார். அந்தப் பரிந்துரையின் இறுதியில்தான் மாட்டு வண்டியில் சென்னைக்குப் பயணம் செய்தபோது ஆன செலவுத் தொகைக்கான வவுச்சரை இணைத்துக் கொடுத்துள்ளார். (அதில் உள்ள விவரம் பெட்டியில் தரப்பட்டுள்ளது).

இந்த வவுச்சரின்படி, அவர்கள் மதராஸில் செய்த செலவு மற்றும் இதரச் செலவுகளைக் கழித்துவிட்டுப் பார்த்தால், பல்லக்குப்பயணம்என்பது,மாட்டுவண்டிப்பயணச்செலவைப் போல ஏறக்குறைய இரு மடங்கு செலவுபிடிப்பதாக இருந்திருக்கிறது. எனவே, இறைப்பணியாளர் மாட்டு

ஜோடி மாடுகளும், 5 வண்டிகளும்	ரூபாய்	அணா பைசா
(முழு பயணத்திற்கும்)	69	12
முதல்கட்டடத்துக்கு சிறப்புக் காளைகள்	7	4
மதராஸில் பயணச் செலவு	43	0
மெழுகுவத்தி மற்றும் லாந்தர் விளக்குத்தூக்க ஒரு ஆளின் செலவு, 2 பணியாட்கள் படி	9	10
திரும்பி வரும் செலவு உட்பட	28	6
பயணகால உணவு முதலியன	46	0
படகு வாடகை	4	0
மொத்தம்	206	32

வண்டியைப் பயன்படுத்தச் சொல்லி ஆலோசனை வழங்குகிறார்.

மதுரையிலிருந்து சென்னை வரை சென்றுவர ஏறக்குறைய 900 கிலோமீட்டர் ஆகும். 'இவ்வளவு தூரம் மாடுகள் விடாமல் வண்டியை இழுத்துச் சென்று வந்துவிட முடியுமா?' என்று கேட்டால், மாட்டு இலக்கண நூல்களும், வழிவழிவந்த மாடோட்டிகளின் வாய்மொழி மரபும் சொல்லிச் சென்றுள்ள தகவல்கள் நமக்கு அதற்கான விளக்கம் அளிக்கின்றன.

சவாரி வண்டிகளுக்குப் பயன்படுத்தப்படும் காளை மாடுகளுக்கான இலக்கணங்களை அவர்கள் வகுத்துள்ளனர். அதில் மாட்டின் நிறம், சரீரம், எலும்புகள், தலை, கொம்புகள், கண்கள், காதுகள், கால்கள், குளம்புகள், சுழிகள் போன்றவை ஒவ்வொன்றும் எப்படி இருக்க வேண்டும் என்று கூறுகின்றன. இவற்றில் சில குறிப்புகள், ஜோசியத்தை அடிப்படையாகவைத்து உருவாக்கப் பட்டவை. சில குறிப்புகள், காளைமாட்டை தலைமுறை தலைமுறையாகத் தொடர்ந்து பயன்படுத்திப் பெற்ற

பட்டறிவில் இருந்து உருத்திரட்டி, உருவாக்கப்பட்ட இலக்கணங்கள்.

உதாரணமாக, 'சவாரி மாடுகளுக்கு மயிலை, கருமயிலை, சங்கு வெள்ளை, கருவெள்ளை, சந்தனப்புல்லை, இருண்ட சுவலை போன்ற நிறங்கள் இருப்பது உத்தமம்' என்று ஜோசிய பலாபலன் சொல்ல, மாடோட்டிகளின்பட்டறிவோ, 'எந்த நிற மாடுகளானாலும் 'துணையடிக்கால் மாடுகள்' தூரத்துப் பயணத்துக்கு ஏற்றதல்ல' என்று கூறுகிறது.

துணையடிக்கால் மாடு எவ்வளவு ஆரோக்கியமானதாக இருந்தாலும், முன்னங்கால்கள் ஒன்றோடொன்று சன்னமாக உராயும்படியான கால் அமைப்புக்கொண்டதாக இருக்கும். இந்த வகை மாடுகள் சீரான வேகத்தில் மட்டுமேதான் நடக்கும்; ஒருபோதும் ஓடாது. தூரத்துப் பயணத்துக்கு இது போன்ற மாடுகளைக்கொண்டு செல்வது புத்திசாலித்தனம் அல்ல. இரவுக்குள் அருகில் இருக்கும் நகரத்துக்கு அல்லது சத்திரத்துக்குச் செல்ல வேண்டும் என்றால், மாடுகளைச் சற்றே விரட்டிச் செல்லவேண்டிய தேவை இருக்கும். அப்படிப்பட்ட சூழலில், மற்ற வண்டிகள் வேகமாகப் போக துணையடிக்கால் மாடுகள் பூட்டிய வண்டி மட்டும் பின்தங்கி, ஏதாவதொரு வகையில் சிக்கலில் மாட்டிக்கொள்ள வாய்ப்பு இருக்கிறது. இவ்வாறு எண்ணற்ற குறிப்புகளை மாடோட்டிகளின் வாய்

மொழி மரபும், இலக்கணக் குறிப்புகளும் பதிவுசெய்ய, இந்த மாடுகளையும் மாடோட்டிகளையும் பயன்படுத்திப் பயணம்செய்தவர்கள், இந்தப் பயணத்தின் செலவு விவரங்களையும் சிக்கன நடவடிக்கைகளையும் பற்றி பதிவுசெய்துவைத்துள்ளனர்.

சரி,இந்தஇறைப்பணியாளர்கொடுத்துள்ளவிவரத்தின்அடிப் படையில், மதுரையிலிருந்து சென்னை சென்றுவர செலவான தொகையின் இன்றைய மதிப்பு என்ன?

1850-களில், 'ஒரு ரூபாய்க்கு 10 கிலோ அரிசி வாங்கலாம்' என்று அரசாங்கப் புள்ளிவிவரம் கூறுகிறது. அதன்படி பார்த்தால், 350 ரூபாய்க்கு 3,500 கிலோ அரிசி வாங்கலாம். இன்றைய கணக்குப்படி ஒரு கிலோ அரிசி 40 ரூபாய் என்று கணக்கிட்டால், 3,500 கிலோவுக்கு 1,40,000 ரூபாய் ஆகிறது. ஒரு குடும்பம் பல்லக்கில் மதுரையி லிருந்து சென்னை சென்றுவர அன்று ஆன செலவின் இன்றைய மதிப்பீட்டுத் தொகை 1,40,000 ரூபாய். இதுவே மாட்டு வண்டியில் பயணம்செய்தால் ஆகும் தொகை, 66,000 ரூபாய்.

வரலாறு என்பது சக்கரவர்த்திகளின் வைரக் கிரீடமும், மாவீரர்களின் வாள் வீச்சும் மட்டுமல்ல; ஒரு வவுச்சரும்தான்.

6

கீழடி: புனைவும் அரசியலும்

'**நா**கமுனி' என்றுதான் நான் அவனை அழைப்பேன். அவனது பெற்றோர் இட்ட பெயர் என்ன வென்பது எனக்கு நினைவில்லை. அவனோடு மலைகள்தோறும் அலைந்து திரிந்திருக்கிறேன். 'லட்சுமி' என்று பெயர் வைத்திருந்த அவனது செல்ல நாயோடு, அவனும் நானுமாக இரவும் பகலும் மலைகளில் கிடந்திருக்கிறோம்.

சிறு மரங்கள் நிறைந்த கரட்டுக் காட்டில், அடர்ந்த புதருக்குள் போவது எளிதான காரியம் அல்ல. படுத்துக்கொண்டே உள்நுழைந்து போகவேண்டும், உடலைத் துளியும் மேலே தூக்க முடியாது, மேலே விரிந்து கிடப்பது முழுவதும் முள்பந்தல். பாம்பு ஊர்வதைப்போலத்தான்

ஊர்ந்துகொண்டே உள்ளே போக வேண்டும். ஒருமுறை புதரொன்றுக்குள் நாகமுனி உள்ளே போனான். சுமார் 30 அடி தூரத்தைக் கடந்திருப்பான், உராய்ந்த நிலையில் உள்ளே போய்க்கொண்டிருக்கும்போது சுருண்டுகிடந்த கருநாகம் ஒன்று அவனது முகத்துக்கு அருகில் படம் விரித்து எழுந்தது. ஊர்ந்து போகிறவனின் கைகள் இரண்டும் மண்ணோடு மண்ணாக மார்புக்கு அடியில்தான் இருக்கும். கையைத் தூக்க முடியாது, கத்த முடியாது, அசைய முடியாது. அதைவிட முக்கியம் அவனைப்போலவே ஊர்ந்து பின்னால் போய்க்கொண்டிருந்த லட்சுமி, பாம்பைப் பார்த்துவிட்டால் பாய்ந்து முன் நகரும் அந்தச் சத்தம் கேட்டாலே, ஓர் அடி இடைவெளியில் இருக்கும் நாகமுனியின் முகத்தில் சீறி இறங்கும் கருநாகத்தின் படம்.

புதருக்கு வெளியில் உட்கார்ந்திருந்த எனக்கும் உள்ளுக்குள் நிகழ்ந்துகொண்டிருக்கும் இந்தப் பயங்கர நிகழ்வு எதுவும் தெரியாது. மிக நீண்ட நேரம் கழித்து, நாகமுனி வெளியில் வந்தான். இடது கண் கருவிழியில் முள் இறங்கி யிருந்தது. வலியால் துடித்தபடி இருந்தான். அவனது கையில் இருந்த துண்டால் கண்ணை அப்படியே கட்டலாம் என்று நான் முயன்றபோது "வேண்டாம் அதில் விஷம் இருக்கலாம்" என்றான். எனக்கு அப்போது புரியவில்லை.

பெரும்பாடுபட்டு மலையிலிருந்து இறங்கி வந்து, மருத்துவ மனையில் சேர்த்தோம். நீண்ட சிகிச்சைக்குப் பின்னர் இடக்கண் கருவிழியின் வெள்ளைத்தழும்போடு, பார்வைக் குறைவோடு அவன் வீடு திரும்பினான்.

உள்ளே என்ன நடந்தது என்று அவன் சொன்னதைக் கேட்டபோது ரத்தமே உறைந்துவிடுவதுபோல் இருந்தது. அசாத்தியமான துணிவோடு, அடுத்த நிமிடத்தை எதிர்கொள்ளும் கதாநாயகர்களைத் தொடர்ந்து அறிமுகப் படுத்திக்கொண்டேதான் இருக்கிறது வாழ்க்கை. நமக்குத்தான் அவர்களோடு சேர்ந்து நடக்க வாய்ப்பது இல்லை.

நாகமுனியின் காடு பற்றிய அறிவு கண்டு எண்ணற்ற முறை வியந்திருக்கிறேன். எண்ணிக்கைக்கு உட்பட்ட முறை உறைந்திருக்கிறேன். காட்டில் கிடக்கும் எந்த ஒரு காலடித் தடத்தையும் வைத்து அது என்ன விலங்கென்று கணப்பொழுதில் சொல்லிவிடுவான். 'நாய்த்தடம்

விரிஞ்சதுபோல் இருக்கும்', 'நரித்தடம் குத்துனாப்ல இருக்கும்', 'காட்டுப் பூனையின் தடம் சிறுத்தை தடம் மாதிரியே இருக்கும்', 'கீரித்தடம் பெருச்சாளித்தடம் மாதிரி இருக்கும்'... என்று சொல்லிக்கொண்டே போவான். காட்டில் அவனோடு இருக்கும் ஒவ்வொரு கணமும் கற்றுக்கொண்டே இருக்கலாம்.

காட்டைப் பற்றிய அவனது அவதானிப்பைத் தனியே தொகுத்து எழுத வேண்டும் என்ற எண்ணம் அவ்வப்போது ஏற்படுவது உண்டு. 'வண்ணச்சீரடி மண்மகள் அறிந்திலள்' என்ற கவிதையைப் படித்தபோது, 'அடடா... நாகமுனிக்கு வேலையில்லாமல் செய்துவிட்டானே இளங்கோ' என்று கேலியாகப் பேசிச் சிரித்தது உண்டு. சங்க இலக்கிய வாசிப்பு தீவிரப்பட்ட காலத்தில் நமது பழங்கவிதைகள் எங்கும் எண்ணற்ற நாகமுனிகள் வெவ்வேறு பெயர்களில் கவிதை எழுதியிருப்பது கண்டு வியந்து போயிருக்கிறேன்.

எவ்வளவு நுட்பமான அவதானிப்புகளோடு உயிரினங்களின் காலடித் தடங்களைப் பற்றி சங்கக் கவிதைகள் பதிவுசெய்துள்ளன. சங்க இலக்கியத்தில் மிக அதிகமாக இடம்பெறும் பறவை, மயிலாகத்தான் இருக்கும். 84 இடங்களில்

மயிலைக் காணமுடிகிறது. ஆனால், மயிலைப் பற்றியதோர் உவமை இருக்குமா என்று தேடினால், மயிலின் காலடி எப்படி இருக்கும் என்று ஓர் உவமை சொல்லப்பட்டுள்ளது. 'நொச்சி இலை, மயிலின் காலடிபோல் இருக்கிறது' என்று சொல்கிறான் கொல்லன் அழிசி என்ற புலவன்.

என்னவொரு பொருத்தமான, அழகு மிகுந்த உவமை இது. மயிலின் காலடி முன்னோக்கி மூன்று விரல்களை உடையது, நொச்சியிலையை அச்செடுத்து செய்ததைப்போல அப்படியே இருக்கும். 'மயில் அடி இலைய மாக்குரல் நொச்சி' என்பது உவமையல்ல; வார்த்தையால் செய்யப்பட்ட வார்ப்பு. இதே உவமையை, பெயர் அறிய முடியாத நற்றிணைப் புலவனும் கையாள்கிறான். (115-வது பாடலில்.)

விலங்கினங்களில் மிக அதிகமான முறை குறிப்பிடப்பட்டது மானாக இருக்கலாம். ஏறக்குறைய 93 இடங்களில் துள்ளிக் குதிக்கிறது மான். ஆனால், மானைப் பற்றிய உவமையைத் தேடினால், மானின் காலடி எப்படி இருக்கும் என்று உவமை சொல்கிறான் நம்பிகுட்டுவன் எனும் புலவன். 'அடப்பங் கொடியின் இலை கவட்டிலையாக இருக்கும். அது மானின் காலடிக் குளம்பைப் போன்று உள்ளது' என்கிறார் குறுந்தொகைப் பாடலில்.

புலியைப் பற்றி சங்கக் கவிதையில் எத்தனையோ உவமைகள், வர்ணனைகள் உள்ளன. ஆனால், 'புலியின் விரல்கள் பிஞ்சு வாழைக்காயைப் போன்று இருக்கும்' என்றும், 'புலியின் காலடி, வாழைக்காயின் குலை போலிருக்கும்' என்றும் குறிஞ்சிக்கலியில் கபிலர் கூறுவது சற்றே பதறவைக்கும் அழகு. அதேபோல, யானையின் காலடியை, 'பறையடி' என்றும், யானைக்குட்டியின் காலடியை, 'துடியடி' என்றும் சொல்கிறது சங்க இலக்கியம்.

சங்க இலக்கியத்தில் விலங்குகளின் காலடிகள் பற்றி உவமைகளின் உச்சத்தை தொட்டுச் சென்றுள்ளனர் நமது கவி முன்னோடிகள். இவை எல்லாம் கவிதைகள். சரி, சங்ககால விலங்கின் காலடி ஒன்று காணக் கிடைத்தால் எப்படி இருக்கும்?

சற்றே ஆச்சர்யத்தையும் ஆர்வத்தையும் தூண்டக்கூடிய கேள்விதான். ஆனால், இந்தக் கேள்விக்கான பதில் இப்போது நம் கையருகில் இருக்கிறது என்பது நம்ப முடியாத உண்மை.

சங்ககாலத்தில் நிகழ்ந்த நிகழ்வு இது. மக்கள் கட்டடம் கட்ட, மண் குழைத்து, செங்கல் அறுக்கின்றனர். அறுத்த செங்கல்லை வெயிலில் காயவைக்கின்றனர். ஈரத்தோடு இருக்கும் அந்தச் செங்கல்லில் மிதித்துப் பாய்ந்தோடுகிறது விலங்கு ஒன்று. அதன் ஒரு காலடித்தடம், அப்படியே அந்தச் செங்கல்லில் பதிகிறது. வெயிலில் காய்ந்த செங்கலை எடுத்து சூளையில் சுடுகின்றனர். பின்னர் கட்டப்படும் கட்டடத்தில் ஏறி நிற்கும் எண்ணற்ற கற்களில் அதுவும் ஒன்றாக நிற்கிறது.

சுமார் 2,400 ஆண்டுகளுக்குப் பின்னர், அமர்நாத் இராமகிருஷ்ணன் தலையிலான குழு கீழடியில் அகழாய்வை நடத்துகிறபோது, சங்ககாலத்தில் கட்டப்பட்ட செங்கல் கட்டடம் ஒன்றின் இடிந்த பகுதி கண்டறியப்படுகிறது. அந்தச் சுவற்றின் மேலே இருக்கும் செங்கல், ஈரத்தோடு அறுத்து காயவைத்தபோது விலங்கொன்று மிதித்து ஓடிய செங்கல். அதன் காலடித்தடத்தைத் தாங்கியபடி அச்சுக் குலையாமல் அப்படியே இருக்கிறது.

பாய்ந்தோடிய அந்த விலங்கின் பாய்ச்சல் எத்தனை ஆயிரம் ஆண்டுகளைக் கடந்துள்ளது என்பதை நினைக்கையில் மெய்சிலிர்க்கிறது. 'இது எந்த விலங்கின் காலடித்தடம் என்பதை அதற்குரிய அறிஞர்களுக்கு அனுப்பி, கண்டறிய வேண்டும்' என்றனர் தொல்லியலாளர்கள்.

காலடித்தடங்களைப் பற்றிய நுட்பமான அவதானிப்பு களைக் கொண்ட சங்கப் புலவர்களை இன்று அழைத்துவர முடியாது. ஆனால், நாகமுனியை சங்ககாலத்து காலடியை நோக்கி அழைத்துச் செல்லமுடியும்.

அவனை அழைத்துச் சென்றேன். பார்த்ததும் சொன்னான்... "நாயின் காலடி" என்று. ஆனால், மிக உயரமான நாய். இதுபோன்ற நாய்கள் ஒன்று சேர்ந்தால், புலியும் அஞ்சும். நாகமுனி வியந்து சொன்ன குறிப்புகள் அன்று முழுவதும் நீண்டன.

வெறும் 38 சென்டி மீட்டர் நீளம்கொண்ட ஒரு செங்கல்லில் பதிந்துள்ள காலடியைப் பார்த்ததும், பள்ளிப் படிப்பைத் தாண்டாத நாகமுனியால் அது எதனுடைய காலடி என்று சொல்ல முடிகிறது. ஆனால், 110 ஏக்கர் பரப்பளவில் புதைந்துகிடக்கும் ஒரு நாகரிகத்தின் காலடியை இரண்டு

ஆண்டுகளாக உணரவும் முடியாமல், அறியவும் முடியாமல் கிடக்கிற அரசுகளை என்னென்வென்று சொல்வது?

ஒருவழியாக தமிழக அரசு கீழடியில் அருங்காட்சியம் அமைக்கத் தேவையான இரண்டு ஏக்கர் நிலத்தைத் தர முன்வருவதாக நீதிமன்றத்தில் தெரிவித்துள்ளது. ஆனால், மத்திய அருங்காட்சியகப் பிரிவு மௌனமாகப் பதுங்குவதைப் பார்க்க முடிகிறது.

இந்தியாவெங்கும் 44 கள அருங்காட்சியகங்கள் மத்திய தொல்லியல் துறையின் கீழ் இருக்கின்றன. இவற்றில் தமிழகத்தில் இருப்பதோ ஒரே ஓர் அருங்காட்சியகம் மட்டுமே; அதுவும் சென்னை கோட்டைக்குள் இருக்கிறது. கர்நாடகத்தில் ஆறு மத்திய கள அருங்காட்சியகங்களும், ஆந்திராவில் நான்கு அருங்காட்சியகங்களும் உள்ளன.

கீழடியில் எடுக்கப்பட்ட பொருட்கள், அந்தத் துறையின் மைசூர் கிட்டங்கிக்குப் போனால் என்ன ஆகும் என்பதற்கு நம்மிடம் முன்னுதாரணங்கள் உள்ளன. தமிழகத்திலிருந்து படியெடுக்கப்பட்ட பல்லாயிரம் கல்வெட்டுக்கள் மைசூரில்தான் இருக்கின்றன. அவற்றை நமது பல்கலைக்கழகங்களாலேயே அணுகவோ, ஆய்வுக்கு உட்படுத்தவோ இயலாத நிலைதான் இன்று வரை நீடிக்கிறது.

இந்த நிலையில்தான் கீழடி அகழாய்வில் கிடைத்தப் பொருட்களை இங்கே கள அருங்காட்சியம் அமைத்து காட்சிப்படுத்த வேண்டும் என்ற கோரிக்கை மேலெழுந்தது. இந்தக் கோரிக்கையை முன்வைத்து மத்திய அரசிடம் பெற்றுத்தர வேண்டிய பொறுப்பு மாநில அரசுக்கு உரியது. ஆனால், மக்களின் அரசு அந்தப் பொறுப்பையும் மக்களிடம் கொடுத்துவிட்டு இரண்டு ஆண்டுகள் காத்திருந்தது.

கீழடி போலவே 2014-ம் ஆண்டு அகழாய்வுப் பணி தொடங்கப்பட்ட இடம் குஜராத்தில் உள்ள வாட்நகர். (Vadnagar) இது மோடியின் சொந்த ஊர். அங்கு அடுத்த ஆண்டு அகழாய்வுப் பணி தொடர்வதற்கான அனுமதியை மத்திய அரசு ஒரு மாதத்துக்கு முன்னரே வழங்கிவிட்டது. ஆனால், இந்தக் கட்டுரை எழுதப்படுவது வரை கீழடியில் அடுத்த ஆண்டு அகழாய்வுப் பணியைத் தொடர்வதற்கான அனுமதி வழங்கப்படவில்லை.

இதனை வலியுறுத்தி முன்னெடுக்கக் குரலற்றுக் கிடக்கிறது தமிழகம். 110 ஏக்கர் பரப்பில் 2,000 ஆண்டு பழமையான தொரு நகரம் கண்டெடுக்கப்பட்டுள்ளது என்பது சர்வதேச முக்கியத்துவம் வாய்ந்த நிகழ்வு. ஆனால், இதனைத் தமிழகத் தின் முக்கியச் செய்தியாக மாற்றவே முடியாத நிலை.

விலங்கின் காலடி தடமுள்ள செங்கல்

சிந்துவெளிப் பண்பாட்டின் எச்சமாகக் கிடைத்துள்ள பெரும் துறைமுக நகரம் தொழவீரா. குஜராத், கட்ச் பகுதியில் 80 ஹெக்டர் பரப்பளவுகொண்ட இந்த நகர் முழுமையையும் பாதுகாத்து, திறந்தவெளி அருங்காட்சியகமாகப் பராமரித்து வருகிறது மத்திய அரசு. ஏறக்குறைய அதே போன்றதொரு திட்டத்தோடு அணுகப்படவேண்டிய இடம்தான் கீழடி.

மத்திய அகழாய்வுத் துறையினர் 2013-14-ம் ஆண்டு வைகைக் கரை கிராமங்களில் நடத்திய ஆய்வில் தொல்லியல் முக்கியத்துவம் வாய்ந்த 293 கிராமங்களை அடையாளம் கண்டனர். அவற்றில் ஒன்றாகத்தான் கீழடியைத் தேர்வுசெய்து பணியைத் தொடங்கினர்.

அவர்கள் கண்டறிந்த பிற இடங்களில் பெரும்பான்மை யானவற்றில் இப்போதே ஆய்வு செய்ய முடியாத நிலை ஏற்பட்டுவிட்டது. காரணம், அங்கெல்லாம் நிரந்தரக் கட்டடங்கள் கட்டப்பட்டுவிட்டன. கம்பம் நகரின் பக்கத்தில் உள்ள உத்தமபுரத்தில் 2005-ம் ஆண்டு ரோமானியக் காசுகள் எடுக்கப்பட்டன. அவ்விடம் முழுவதும் இப்பொழுது வீடுகள் கட்டப்பட்டுவிட்டன. ஆண்டிபட்டி-வத்தலக்குண்டு சாலையில் உள்ள மூனாண்டிபட்டியில் கண்டறியப்பட்ட கல்படுகை இப்பொழுது இல்லை. எங்கே என்று விசாரித்தால், பாலம் கட்டுவதற்காகப் பயன்படுத்தியதாகச் சொல்கின்றனர். அதேபோல 'மிகச் சிறந்த தொல்லியல் மேடு' எனக் கருதப்படும் நரிக்குடிக்கும் பக்கத்தில் உள்ள அல்லிநகரத்தில், அந்த மேடு முழுக்க இப்போது பிளாட் போடப்பட்டுவிட்டது. இப்படிக் கண்ணுக்கு முன்னால் அழிவுகள் இறுதிப்படுத்தப்படுகின்றன.

கீழடியின் மிக முக்கிய சவாலே இங்குத் தொடர்ந்து நடத்த வேண்டிய அகழாய்வில்தான் இருக்கிறது. மத்திய, மாநில அரசு தொடர்ந்து அகழாய்வு செய்தால், அடுத்த 20 வருடங் களுக்கு ஆய்வு செய்யமுடியும். அது வரை அல்லது ஆய்வுகள் நடக்கும் காலம் வரை இந்த இடம் அதே தன்மையில் இருக்குமா என்பதுதான் கேள்வி.

இவ்விடம் தென்னந்தோப்பாக இருந்ததால்தான் கடந்த 40 ஆண்டுகளாக இங்கு எந்த ஒரு கட்டுமானமும் நிகழாமல், அடிமண் சேதப்படுத்தப்படாமல் இருந்தது. ஆனால், இனி நிலைமை எப்படி மாறும் என்பது தெரியாது.

பட்டுப்போன மரங்கள், அல்லது மரமற்ற இடைவெளி களைப் பார்த்துப் பார்த்தே அகழாய்வை எத்தனை ஆண்டு காலம் தொடர முடியும்? இதற்கிடையில் இந்தப் பகுதியில் புதிதாக உருவாகும் ஒரு செங்கல் சூளை எண்ணற்ற அடையாளங்களை அடியோடு அழித்து முடித்துவிடும்.

இந்த ஆண்டு அகழாய்வில் ஒரு தொழிற்சாலைப் பகுதி கண்டறியப்படக் காரணம், சுமார் 150 அடி நீள, அகலங்களைக் கொண்ட வெற்றிடம் கிடைத்ததுதான். பரந்துவிரிந்த இந்த தென்னந்தோப்புக்கு இடையில் அப்படியொரு வெற்றிடம் உருவாகக் காரணம், அந்த இடத்தில் உயர் அழுத்த மின்சாரக் கம்பிகள் மேலே போவதால், கீழே தென்னையை நடாமல் விட்டுவைத்துள்ளனர். மின்சாரத்தால் கண்டறியப்பட்ட ஈராயிரம் ஆண்டுக்கு முந்தையத் தொழிற்சாலை இது என்றுகூடச் சொல்லலாம்.

கீழடிக்கு இன்றைய அவசரத் தேவை, இதுபோன்ற உயர் அழுத்தத்தை உருவாக்கக்கூடிய குரல்கள். வரலாற்று முக்கியத்துவம் வாய்ந்த இவ்விடம் சம்பந்தமாக மத்திய, மாநில அரசுகளை ஒரு நிலை எடுக்கவைப்பது இன்றைய அவசியத் தேவை.

தமிழக அறிவுச் சமூகத்தின் கூட்டுக் குரல் உறுதிபட ஒலிக்க வேண்டிய நேரம் இது. கீழடி நிலத்தைப் பாதுகாப்பது என்பது முதற்பெரும் பணி. ஒரு பெரும் நாகரிகத்தின் அடையாளங்களைத் தாங்கி நிற்கும் இந்தத் தொல்லியல் மேட்டைப் பாதுகாத்து, எதிர்காலத் தலைமுறையிடம் ஒப்படைக்கவேண்டிய பொறுப்பு நம்மிடம் இருக்கிறது. அது சாதாரண செயல் அல்ல. பெரும் பொருளாதார லாபம் கிடைக்காத, அதே நேரத்தில் நிர்வாகரீதியில் சற்றே தலைவலியை உருவாக்கும் இந்தப் பணியை பொறுப்போடு செய்து முடிக்க ஓர் அரசியல் திறன் தேவைப்படுகிறது. அதனை உருவாக்க அனைத்து முனைகளிலும் இருந்து இயங்கவேண்டிய தேவையுள்ளது.

இது மட்டுமின்றி, அகழாய்வை விரிந்த அளவு மேற் கொள்ளவும், கள அருங்காட்சியம் அமைக்கவும் அனைத்து அரசியல் கட்சிகளும் வலியுறுத்திச் செய்து முடிக்கும் செயல்திட்டத்தை உருவாக்க வேண்டும்.

அடையாளங்களைப் பாதுகாப்பதற்கும் அழிப்பதற்கும் பின்னால் உள்ள அரசியல் பட்டவர்த்தனமாக வெளிப்படும் நாடாக இந்தியா மாற்றப்பட்டிருக்கிறது. அயோத்தியில் ராமாயண அருங்காட்சியகம் அமைக்க 151 கோடி ரூபாய் ஒதுக்கப்பட்டுள்ளதாக கடந்த வாரம் மத்திய கலாசாரத் துறை அமைச்சர் தெரிவிக்கிறார். அதற்காக மாநில அரசு 25 ஏக்கர் நிலத்தை ஒதுக்கிக் கொடுக்கிறது.

கீழடியில் இதுவரை கிடைத்துள்ள 5,300 பொருட்களில் ஒன்றுகூட மத அடையாளம் சார்ந்த பொருட்கள் இல்லை. பெரு மதங்களின் ஆதிக்கம் உருவாகாத ஒரு காலகட்டத்தின் அபூர்வக் கண்டெடுப்புதான் கீழடி. அந்த அடையாளங்களைப் பாதுகாப்பது என்பது, தமிழ்ச் சமூகத்தின் அர்த்தம் மிக்க பண்பாட்டு சாரத்தைப் பாதுகாப்பதாகும்.

அயோத்தியில் அருங்காட்சியகம் அமைக்க முயலுவதும், கீழடியில் அருங்காட்சியகம் அமைக்கத் தயங்குவதும் வெளிப்படையான அரசியல் நிலைப்பாடுகளே. இதில் நாம் என்ன நிலையெடுக்கப்போகிறோம் என்பதே கேள்வி.

ஒருமுறை வெளிப்பட்டுவிட்ட ஒன்றை முழுமையாக வென்றெடுப்பது மட்டுமே ஒரே வழி. விட்டுவைப்பது எதுவும் மிஞ்சாது.

7

நல்லதங்காளும் பென்னிகுவிக்கும்

நல்லதங்காளின் கதையை எழுதத் தொடங்கினால், அதன் கடைசி அத்தியாயம் பென்னிகுவிக்கில் முடியும். பென்னிகுவிக்கைப் பற்றி எழுதத் தொடங்கினால், அதன் முதல் அத்தியாயத்தில் நல்லதங்காள் இடம்பெறுவாள். மெட்ராஸ் கிரிக்கெட் அணியின் கேப்டனாக இருந்த ஓர் ஆங்கிலப் பொறியாளனுக்கும், தனது ஏழு குழந்தைகளையும் கிணற்றில் வீசி எறிந்துவிட்டு, தானும் விழுந்து செத்த நல்லதங்காளுக்கும் என்ன சம்பந்தம்? திகைப்பூட்டும் எல்லைகளை மிக எளிதாக முடிச்சிட்டு இணைக்கும் ஆற்றல் வரலாற்றுக்கு உண்டு.

இந்தக் கதை தண்ணீரைப் பற்றியதா... கண்ணீரைப் பற்றியதா...

அராஜகமான சுரண்டலைப் பற்றியதா... அன்பு மயமான கருணையைப் பற்றியதா... வாழ்வைப் பற்றியதா... சாவைப் பற்றியதா... என்பதையெல்லாம் எளிதில் முடிவு செய்துவிட முடியாது. ஆனால், வரலாற்றின் பக்கங்களுக்குள் பொதிந்துகிடக்கும் உண்மையை அறிய முயன்றால், முடிவுசெய்வதில் தடுமாற்றம் ஏற்படாது.

வரலாற்றில் அதுவரை ஏற்பட்டிராத எண்ணற்ற பஞ்சங்களை 19-ம் நூற்றாண்டில் இந்த நாடு சந்தித்தது. நினைத்துப்பார்த்தாலே ஈரக்குலை நடுங்கும் என்பார்களே, அப்படி ஒரு புள்ளிவிவரம் இது. ஒரே நூற்றாண்டில் 27 பஞ்சங்கள். நான்கு ஆண்டுகளுக்கு ஒரு பஞ்சம் என, நூற்றாண்டு முழுவதும் பஞ்சம் வரிசைகட்டி வந்தது.

பஞ்சத்தின் கோரத் தாக்குதலுக்கு லட்சக்கணக்கான மக்கள் பலியாகினர். தொடக்கத்தில் பலியானவர்களின் விவரங்களை எண்ணிக்கையில் சொல்லிக்கொண்டிருந்த அரசாங்கம், ஒரு கட்டத்துக்குப் பின் மரண பயங்கரத்தை எண்களின் மூலம் சொல்வதில் இருந்து பின்வாங்கி, சதவிகிதத்தில் சொல்லத் தொடங்கியது. அதாவது பஞ்சம் முடிந்த ஆண்டில், அந்த மாவட்டத்தின் மக்கள்தொகை 20 சதவிகிதம் குறைந்தது என்று பதிவுசெய்தது. பதிவான புள்ளிவிவரங்கள் தரும் எண்ணிக்கையே அதிரவைக்கிறது. ஆனால் உண்மை என்பது, இந்தப் புள்ளிவிவரங்களின் பெருக்குத்தொகையைக் கொண்டது.

கார்ல் மார்க்ஸ், ‘இந்தியாவில் பிரிட்டிஷ் ஆட்சி’ (1855) என்ற கட்டுரையில் குறிப்பிடுவது போன்று, “அனாதி காலந்தொட்டு ஆசியாவின் அரசாங்கங்களில் மூன்று துறைகள் இருந்தன. ஒன்று, உள்நாட்டைக் கொள்ளையடிக்கும் நிதித் துறை. இரண்டு, வெளிநாட்டைக் கொள்ளையடிக்கும் போர்த் துறை. இரண்டையும் ஆக்கிரமிப்பாளர்களான பிரிட்டிஷார் அப்படியே நடைமுறைப்படுத்தினர். ஆனால், மூன்றாவது துறையான நீர்ப்பாசன நிர்வாகத்தை மேற்கொள்ளும் பொது மராமத்துத் துறையை பிரிட்டிஷார் முழுமுற்றாகக் கைவிட்டனர்.” அதன் விளைவு, விவசாய உற்பத்தி கடும் வீழ்ச்சியைச் சந்தித்தது.

அதற்கு முன்னர் இந்த நாட்டை ஆண்ட மன்னர்கள், சிற்றரசர்கள், பாளையக்காரர்கள் தங்களின் ஆட்சி

நிர்வாகத்தை, சிறப்பாகவோ, மோசமாகவோ, படுமோச மாகவோ, எப்படி நடத்தியிருந்தாலும் ஒன்றை மட்டும் உறுதியாகச் செய்தனர். ஒவ்வோர் ஆட்சியாளனும் தனது ஆட்சிக்காலத்தில் ஒரு சில குளங்களையாவது புதிதாகத் தோண்டியிருப்பான், பல குளங்களை தூர்வாரியிருப்பான். ஏனென்றால், அதுதான் அவனது பொருளாதாரத்தின் அடிப்படை ஆதாரம். அந்த ஆதாரத்தைப் பெருக்கும் பொருட்டு இதுபோன்ற செயல்களே தலையாய தர்மங் களாகச் சொல்லப்பட்டு வந்தன.

குளந்தொட்டு கோடு பதித்து, வழி சீத்து
உளந்தொட்டு உழுவயலாக்கி – வளந்தொட்டு
பாகு படுங்கிணற் றோடென்றிவ்வைம் பாற்கடுத்தான்
ஏகும் சுவர்க்கத் தினிது.

என்கிறது சிறுபஞ்சமூலம். 'குளம் வெட்டி, கலுங்கு அமைப்பித்தல், மரம் நடுதல், சாலை அமைத்தல், உழுவயல் ஆக்குதல், கிணறு தோண்டுதல் ஆகிய ஐந்து பணிகளைச் செய்பவன் சொர்க்கத்துக்குப் போவான்' என்கிறது. தேவைகளில் இருந்தே தர்மங்களும் நியதி களும் நிலைபெறுகின்றன. தனிமனிதத் தேவையும், அரசின் தேவையும் இணையும்போது, அந்த நியதிகள் கால காலத்துக்கான நியதிகளாக நிலைகொள்கின்றன.

பிரிட்டிஷார் இந்த நிலப்பரப்பைக் கைப்பற்றிய பின்னர், இந்தப் பணிகள் முழுமுற்றாக ஒழிக்கப்பட்டன. வேளாண்மைக்கான ஆதாரப் பணிகள் சுமார் 100 ஆண்டுகள் தேங்கிப்போய் நின்றன. இன்னொரு பக்கம், இங்குள்ள விவசாயிகள் உணவு தானியங்களைப் பயிரிடுவதற்குப் பதிலாக, இங்கிலாந்து நெசவாலைகளுக்குத் தேவையான மூலப்பொருட்களான பருத்தி மற்றும் அவுரிகளைப் பயிரிடச் செய்யச் சொல்லி அதன் சாகுபடியைப் பன்மடங்கு அதிகப்படுத்தினர். இதே காலத்தில் இங்கு உற்பத்தியான உணவு தானியங்களை வெளிநாடுகளுக்கு ஏற்றுமதி செய்வதும் பலமடங்கு அதிகரித்தது.

27 முறை பஞ்சம் ஏற்பட்ட 19-ம் நூற்றாண்டின் இறுதி 50 ஆண்டுகளில்தான் (1850-1900) உணவு தானிய ஏற்றுமதியை 14 மடங்கு அதிகரித்தது காலனிய அரசு.

இதன் விளைவாக, அதுவரை கண்டிராத பட்டினிச் சாவுகளை இந்த தேசம் கண்டது. எந்த ஒரு மனிதனையும் நடுங்கச்செய்யும் புள்ளிவிவரங்களை காலனிய அரசு பதிவு செய்து வைத்துள்ளது.

ஆண்டுகள்	பட்டினிச் சாவுகள்
1800 - 1825	10,00,000
1826 - 1850	4,00,000
1851 - 1875	50,00,000
1876 - 1900	1,50,00,000

பட்டினிச் சாவுகளில் இருந்து தப்பிக்க மனிதன் செடி கொடிகளையும், புல் பூண்டுகளையும் சேகரித்துத் தின்னத் தொடங்கினான். அடிமை வர்த்தகம் பெருகியது. பெண்களும் குழந்தைகளும் சிறிது தானியங்களுக்காக விற்கப்பட்டனர்.

19-ம் நூற்றாண்டில் ஏற்பட்ட இந்தப் பஞ்சங்களில் மகா கோரமானது, தமிழ் ஆண்டான தாது வருடத்தில் ஏற்பட்ட பஞ்சம் (1876-1877). இந்த ஆண்டில் நிகழ்ந்த பேரழிவுகள் இந்த மண் அதற்கு முன்னும், அதற்குப் பின்னும் இன்று வரை பார்த்திராதவை. பொதுவாக, தென்னிந்தியா முழுவதும் இந்தப் பஞ்சத்தால் பாதிக்கப்பட்டாலும், அதன் கோரத் தாண்டவத்தால் முழுமுற்றாக உருக்குலைந்தது தென்தமிழகம்.

பஞ்சம் ஏற்படுத்திய இந்தக் கொடூரமான வாழ்வியல் நெருக்கடியில் இருந்து தப்பிப் பிழைக்க வழியற்று, மனிதர்கள் தவித்தபோது, காலனிய அரசு 'குடியேற்ற அவசரச் சட்டம்' கொண்டுவந்தது, (1/1876, இந்தியச் சட்டம் 5/1877) அதன்படி எண்ணிலடங்கா மக்கள் கூட்டம் பிரிட்டனின் காலனி நாடுகளுக்குக் கூலிகளாக இடம்பெயர்ந்தது. தாதுப் பஞ்சம்

ஏற்பட்ட 1877-ம் ஆண்டு மட்டும் தனுஷ்கோடியில் இருந்து சிலோனுக்குச் சென்றவர்கள் 1,84,919 பேர். பிரிட்டிஷாரின் அவசரச் சட்டம் அவர்களின் காலனி நாடுகளான டெமரரா, ஜமைக்கா, மொரீஷியஸ், பிஜித் தீவுகள், லிவார்ட் தீவுகள், விண்ட்வார்ட் தீவுகள் உள்ளிட்ட இடங்களுக்கு மக்களைக் கணக்கிட முடியாத எண்ணிக்கையில் கொத்தடிமைகளாகக் கொண்டு போய்ச் சேர்த்தது.

எந்த வழியிலாவது உயிர் பிழைத்து, வாழ்ந்துவிட மாட்டோமா என்ற தவிப்பில் பல லட்சம் மக்கள் ஒவ்வொரு நாளையும் எதிர்கொண்டனர். உலகம் முழுவதும் நடந்ததைப்போலத்தான் இங்கும் பஞ்சத்தின் எண்ணிக்கை குற்றத்தின் எண்ணிக்கையைப் பல மடங்கு உயர்த்தியது. பட்டினியால் சாவதற்கு முன், பொது நியதி, சட்டம் ஒழுங்கு ஆகியவற்றை உடைத்துக்கொண்டு வாழ முயற்சிசெய்யும் கடைசி வாய்ப்பையும் மக்கள் கூட்டம் முடிந்தவரை பயன்படுத்தியுள்ளது. வேட்டையாடி உயிர்ப்பிழைக்கும் மிருகத்தின் மனநிலைக்கு ஒவ்வொரு மனிதனும் தள்ளப்பட்டான். பொதுவெளி கொடுங்காடாக மாறியது.

வரலாறு முழுவதும் தனது அனுபவத்தால் மனிதன் உருத்திரட்டி வைத்திருந்த நாகரிகக் கோட்பாடுகளையும், அறச் சிந்தனைகளையும், ஒழுக்க விழுமியங்களையும் ரத்தம் ஒழுக ஒழுக மனிதன் கடித்துக் குதறிக்கொண்டிருந்தான். தனது கண்ணுக்கு முன் இருக்கும் இரையாக ஒவ்வொருவனும் மற்றவனைக் கருதும் நிலை ஏற்பட்டது. காலனியச் சுரண்டலின் கொடூரத்தை தாது வருடத்தின் ஒற்றை நாளுக்குள் நின்று பார்த்தால்தான், முழுமையாக உணர முடியும்.

ஒரு காலத்தில் *32* வகை தானங்கள் என்று பட்டியலிட்டு, 'அவற்றில் சிறந்தது அன்னதானம்' என்று நியதி சொன்னார்கள். அதுவும் யார் யாருக்கு இடவேண்டும் என்று பட்டியலிட்டார்கள். 'சாதுக்களுக்கு, ஏழைகளுக்கு, குருடர்களுக்கு, முடவர்களுக்கு, திக்கற்ற விருத்தர்களுக்கு, சக்தியற்ற பலஹீனர்களுக்கு, திசை தப்பி வந்த செல்வர்களுக்கு, செய்யாக் குற்றத்தின் பொருட்டு சிறைப்பட்டவர்களுக்கு அன்னமிடல் வழக்கம்' என்று விதி வகுத்திருந்தனர்.

தானம் இடுபவர்கள் உருவாக்கிய 'அன்னதானம்' என்ற அலங்கார வார்த்தையை உடைத்துக்கொண்டு, பட்டினியின் குரலான, 'கஞ்சித்தொட்டி' என்ற புதிய சொல் புழக்கத்துக்கு வந்தது. 'இட்டார்க் கிட்ட பலன்' என்ற நம்பிக்கை இந்தியர்களுக்குப் பொய்த்தது. ஆனால், பிரிட்டிஷாருக்கு நிலைத்தது. அவர்கள் உயிர்காக்க கையளவு கஞ்சியை ஊற்றி சென்னைக்கு வடக்கே பக்கிங்ஹாம் கால்வாயைத் தோண்டினர். மதுரைக்குத் தெற்கே தூத்துக்குடி வரை புதிதாக புகைவண்டிக்கான வழித்தடத்தை உருவாக்கினர். இவை எல்லாம் சின்னப் பலன்கள். அவற்றைவிடப் பெரும் பலனை அடைய வழி தேடியது அரசு.

இந்தக் கொடூரமான பஞ்சத்தால் ஏற்பட்ட பெரும் இழப்புக்குப் பின் நாடாளுமன்றம் 'பஞ்ச கமிஷன்' ஒன்றை அமைத்தது. அந்தக் கமிஷனின் பொறுப்புகள் பற்றி முன்னுரையில் கூறுகிறது... 'மக்களைத் துன்புறுத்தாது அரசுக்குக் கணிசமாக லாபம் தரும் வகையில் பாசனப் பணிகளை உருவாக்கவும் நிர்வகிக்கவுமான சிறந்த வழிமுறைகளைப் பற்றிக் கவனம் செலுத்த வேண்டும்.'

அந்தப் பஞ்ச கமிஷன் முக்கியமான சில நீர்ப்பாசனத் திட்டங்களுக்குப் பரிந்துரைத்தது. 'துங்கபத்ரா நீரைச்

சேமித்து, பெல்லாரியின் வறட்சிப் பகுதிக்குப் பயன்படுத்தும் திட்டம், சேலத்தில் கிருஷ்ணகிரி நீர்த்தேக்கம், மதுரையில் பெரியாறு நீர்த்தேக்கம், கஞ்சத்தில் ருஷிகுல்யா, நெல்லூரில் சங்கம் ஆகிய திட்டங்களை முடிக்க வேண்டும். கர்னூல்-கடப்பா வாய்க்கால் திட்டத்தை மதராஸ் இரிகேஷன் கம்பெனியிடமிருந்து அரசுக்கு மாற்ற வேண்டும்' என்று கூறுகிறது.

அது தந்த அறிக்கையின் அடிப்படையில், தென் மாவட்டங்களின் மீட்சிக்கான திட்டமாக பெரியார் அணைத் திட்டத்துக்கான நிதி ஒதுக்கீடு செய்யப்பட்டு வேலைகள் முழுவீச்சில் நடந்தன. இந்தத் திட்டத்துக்கான தலைமைப் பொறியாளராக ஜான் பென்னி குவிக் நியமிக்கப்பட்டார்.

இது இப்படியிருக்க, தாது வருடத்தின் உச்சத்தில் ஒரு பெண் நிகழ்த்திய கொலை சமூகத்தின் மனசாட்சியை உலுக்கியது. அவள் பெயர் நல்லதங்காள். பஞ்சத்தின் கோரப்பிடியில் சிக்கி, கணவன் வீட்டில் வாழ வழி இல்லாமல், தனது சகோதரனின் வீட்டுக்குப் போகிறாள். சகோதரனின் மனைவியோ, 'நாங்களே என்ன செய்வது என்று தெரியாமல் தவிக்கும் நிலையில் இவள் வேறு ஏழு குழந்தைகளைத் தூக்கிக் கொண்டு வந்துவிட்டாளே' என்று நிலைதடுமாறுகிறாள். உணவுக்கான தானியங்கள் இன்றி வீட்டின் சூழல் மேலும் மேலும் மோசமடைய, நிலைமையைச் சமாளிக்க முடியாத நல்லதங்காள், சகோதரன் வெளியில் போயிருந்தபோது தனது ஏழு குழந்தைகளையும் கூட்டிக் கொண்டு ஊரைவிட்டு வெளியேறுகிறாள். வழியில் தென்பட்ட பாழுங்கிணறு அவளின் பார்வைக்கு நம்பிக்கையைக் கொடுக்கிறது. தனது திருமணத்துக்காக சகோதரன் கொடுத்த பச்சை நிறப் புடவையைக் கிணற்றுமேட்டில் வைத்துவிட்டு, ஏழு குழந்தைகளையும் கிணற்றில் தூக்கிப்போட்டு பின் தானும் விழுந்து செத்துப்போனாள்.

தாது வருடத்தில் எண்ணிலடங்கா மரணங்களைச் சந்தித்த சமூகம், ஒரு தாய் தனது குழந்தைகளின் மீது நிகழ்த்திய மரணத்தைக் கேள்விப்பட்டு நிலைகுலைந்து போனது. ஏனென்றால், தாய்மையின் மீது காலங்காலமாகக் கட்டியமைக்கப்பட்ட எல்லா நம்பிக்கைகளையும் இந்தக் கொலைகள் தவிடுபொடியாக்கின.

எது தாய்மை என்பது கேள்விக்குள்ளானது. ஒரு வாய் சோற்றை அளித்து குழந்தைகளின் உயிர் காக்க முடியாத தாய், துடித்து மாயும் பிஞ்சுகளின் வேதனையை நிறுத்த வேறு என்ன செய்வாள்? தன் முகத்தை, இமைக்காமல் பார்த்துக்கொண்டிருக்கும் குழந்தைகளுக்கு தனது கரத்தால் மரணத்தை அளிக்க முடிவுசெய்தபோது, அவளது ஆழ்மனதில் பொங்கிய கருணையே அந்தச் செயலுக்கான

பலத்தைக் கொடுத்துள்ளது. தாயின் கருணை, கொலைகளின் மூலமும் வெளிப்படும் என்பதை அறிந்தபோது சமூகம் நிலைகுலைந்துபோனது.

இந்தக் கொலைகளுக்குப் பின்னால் இருக்கும் மனநிலை, மொத்தச் சமூகத்தையும் பித்துப்பிடிக்கச் செய்தது. உயிர்மிஞ்சிய எல்லோரையும் குற்றஉணர்வுக்குத் தள்ளிய நிகழ்வு இது. ஏனென்றால், அந்தப் பஞ்ச காலத்தில் சக மனிதனின் கதறலுக்குச் செவிமடுக்காமல், தனது சேமிப்பைப் பகிர்ந்து கொள்ளாதவர்களே உயிர்பிழைத்து மிஞ்சினர். எனவே, நல்லதங்காளின் மரணம் உயிர்பிழைத்து வாழ்பவர்களின் மனதில் ஏதோ ஒரு வகையில் குற்றஉணர்வை உருவாக்கியது.

பஞ்சகாலம் முடிந்து வாழ்வு மீண்ட பிறகும், அந்தக் குற்றஉணர்விலிருந்து மீள வழி இல்லாத மக்கள் கூட்டம், நல்லதங்காளைத் தெய்வமாக்கியது. மழைக்கான தெய்வம், வெயிலுக்கான தெய்வம், கண்மாய் தெய்வங்கள், நீர்நிலை தெய்வங்கள்தான் அதுவரை தமிழகத்தில் இருந்தன. ஆனால், முதன்முறையாக பஞ்சத்துக்கான தெய்வம் ஒன்று தோன்றியது. நல்லதங்காள் பஞ்சத்தின் தெய்வமானாள். அதன் பிறகு நல்லதங்காளைப் பற்றி விதவிதமான கதைகள் முளைத்தன. நாட்டார் மரபில் நல்லதங்காளின் கதைப் பாடல்கள் காற்றெங்கும் பரவின. அவளது கண்ணீர் உறைந்துவிடாமல் கதைகளின் வழியே நூற்றாண்டுகளைக் கடந்தும் கசிந்துகொண்டே இருக்கிறது.

சென்னையிலுள்ள ஆவணக் காப்பகத்தில் தாது வருடத்துப் பஞ்சம் பற்றி பல ஆயிரம் பக்கத் தரவுகள் இருக்கின்றன. ஆனால், இத்தனை ஆயிரம் பக்கங்களில் பதிவுசெய்யப்பட்டுள்ள பஞ்சத்தின் கொடூரத்தை, அதைவிட உக்கிரமாக ஒரே ஒரு கதையின் வழியாக மக்கள்

தங்களின் வாழ்வுக்குள் பதிவுசெய்து வைத்துக் கொண்டனர். அதனைத் தலைமுறை தலைமுறையாகக் கடத்தியபடியே இருக்கின்றனர்.

சில ஆண்டுகளுக்கு முன்னர் 'இது நல்லதங்காள் வருஷம் (தாது வருஷம்). எனவே, இந்த ஆண்டில் அண்ணன்கள் எல்லாம் தங்கைகளுக்குப் பச்சை நிறச் சேலை எடுத்துத்தர வேண்டும்' என்ற செய்தி எங்கும் பரவியது நினைவிருக்கும். இன்னும் எத்தனை வருடங்கள் ஆனாலும் பச்சையத்துக்கான ஏக்கமும் தேவையும் மாறப்போவதே இல்லை. இந்தக் கதை மனிதத் தேவையில் இருந்து உருவாக்கப்பட்ட இயற்கையின் தேவதையைப் பற்றிய கதை.

ஒரு சமூகம் தனது வரலாற்று நினைவுகளில் இருந்தே குறியீடுகளை உருவாக்கிக் கொள்கிறது. இன்றளவும் பென்னி குவிக் நினைக்கப்படுவதும் போற்றப்படுவதும் ஒருவித நன்றி உணர்வின் குறியீடுதான். ஆனால், காலனியச் சுரண்டல் அரசியலைக் கழித்துவிட்டு, வெறும் வள்ளல் தன்மையோடு அவரது பிம்பத்தைக் கட்டமைப்பது இந்த வரலாற்றுக்குச் செய்யும் துரோகமாகும். அதே நேரத்தில் குற்ற உணர்வில் இருந்து மேலெழுந்த நல்லதங்காளின் கதையை, மதினியின் கொடூரத்தையும் அண்ணனின் அன்பையும் போற்றும் உறவுசார் கதையாக மாற்றுவது வரலாற்று அறியாமை.

கிணற்றுமேட்டில் நல்லதங்காள் வைத்துவிட்டுப் போன பச்சை நிறப் புடவை என்பது குறியீடு. பஞ்சத்திலிருந்தும் சுரண்டலிலிருந்தும் மனித சமூகம் மீள விழையும் போராட்டத்தின் அடையாளம். இயற்கையையும் சூழலையும் பேணவேண்டிய தாய்மையின் குறியீடு.

8

அடுப்பங்கரை ஆவணம்

இப்பொழுதெல்லாம் எந்த மாதிரியான புத்தகங்கள் அதிகமாக விற்கின்றன?" என்று புத்தகக் கண்காட்சியில் எதிர்ப்படுகிற எந்தப் பதிப்பாளரிடம் கேட்டாலும் சொல்லும் பதில் 'சமையல் புத்தகம்' என்பதுதான்.

"பெருநகரமா, சிற்றூரா என்ற வேறுபாடின்றி எந்த ஊர் புத்தகக் கண்காட்சிக்குப் போய் கடைபோட்டாலும் நான்கு சமையல் புத்தகமும், இரண்டு ஜோதிடப் புத்தகமும், ராமாயணம், மகாபாரதத்தில் ஓரிரு புத்தகங்களும் இருந்தால் போதும் கைநட்டப்படாமல் தப்பித்து வந்துவிடலாம்" என்பது பதிப்பாள நண்பர் ஒருவரின் கூற்று. அதனால்தான் சமையலைப் பற்றிய

புத்தகங்களைப் பதிப்பகங்கள் விதவிதமாக வெளியிட்டுக் கொண்டே இருக்கின்றன.

உணவு மற்றும் சமையலின் வரலாற்றை, பண்பாட்டை, அரசியலைப் பற்றிப் பேசும் புத்தகங்கள் அவ்வப்போது வருகின்றன. சே.நமசிவாயம் எழுதிய 'தமிழர் உணவு', பக்தவச்சல பாரதி தொகுத்தளித்த 'தமிழர் உணவு', ச.தமிழ்ச்செல்வன் எழுதிய 'ஆண்கள் சமைப்பது அதனினும் இனிது' போன்ற முக்கியமான புத்தகங்களும் வந்துள்ளன. ஆனால், இவை சமையலைப் பற்றிய புத்தகங்கள் தானே தவிர, சமையலுக்கான புத்தகங்கள் இல்லை. எனவே, இந்தப் புத்தகங்களின் விற்பனை மற்ற நல்ல புத்தகங்களுக்கு நேரும் கதியில்தான் நிகழ்கிறது. இவ்வகையில் சற்றே மாறுபட்ட மிக நல்ல முயற்சி மருத்துவர் கு.சிவராமனின் 'ஆறாம் திணை'யும், 'ஏழாம் சுவை'யும்.

சமையல் புத்தகங்கள் எல்லாம் எப்போதிருந்து தமிழில் எழுதப்படுகின்றன? எல்லா காலங்களிலும் அவை இப்படித்தான் விற்றுத்தீர்ந்தனவா?

சுமார், 15 ஆண்டுகளுக்கு முன் மதுரையிலிருந்து பெங்களூருக்கு இடம்பெயர்ந்த மூத்த தோழர் சிதம்பரம், தனது அப்பாவின் சேகரிப்பான புத்தகங்களை மூன்று பெரும் மர பீரோவில் அப்படியே என்னிடம் கொடுத்து விட்டுப் போனார். 1940-களில் ஸ்ரீவில்லிபுத்தூரில் ஆசிரியர் வேலைபார்த்து ஓய்வுபெற்ற சேதுராமையரின் அழகிய கையெழுத்துடன் கூடிய அந்தப் புத்தகங்கள் என்னிடமுள்ள பெருஞ்சொத்து. அவற்றில் பெரும்பாலும் இலக்கிய நூல்கள்தான் இருந்தன. அவற்றுக்கு இடையில் சமையலைப் பற்றிய புத்தகம் ஒன்றும் இருந்தது. ஒருநாள் தற்செயலாக அதனைப் புரட்ட ஆரம்பித்த எனக்கு, பலவிதமான ஆச்சர்யங்கள் காத்திருந்தன.

இராமச்சந்திர ராயரால் எழுதப்பட்ட 'இந்து பாகசாஸ்திரம்' என்கிற அந்தப் புத்தகம் 400 பக்கங்களைக் கொண்டது. 1891-ம் ஆண்டு வெளியிடப்பட்டுள்ளது. பக்க அளவும், வெளியிடப் பட்ட ஆண்டுமே நமக்கு வியப்பை உண்டுபண்ணுபவை. ஆனால், பெரும் ஆச்சரியம் இரண்டு ரூபாய் விலைகொண்ட அந்தப் புத்தகம் அந்தக் காலத்திலேயே 2,000 பிரதிகள் அச்சடிக்கப்பட்டு சில ஆண்டுகளிலே விற்றுத்தீர்ந்து, மறுபதிப்பு போடப்பட்டுள்ளது என்பதுதான்.

2,000 பிரதிகள் விற்றுத்தீர்ந்த முதல் தமிழ் புத்தகம் இதுவாகவே இருக்கக்கூடும். அதுவும் இரண்டு ரூபாய் விலைக்கு. விலை, விற்பனை இதுவெல்லாம் ஒருபுறம் இருக்கட்டும். 400 பக்கங்கள் கொண்ட ஒரு புத்தகத்தை வெளியிடும் துணிவு ஒருவருக்கு வந்துள்ளதே, அதுவே நம்ப முடியாததாகத்தான் இருக்கிறது.

தமிழில் நவீன இலக்கியம் எழுதத் துவங்கிய காலத்திலேயே சமையல் புத்தகங்களும் எழுதப்பட்டுவிட்டன. சமையல் புத்தகத்தின் விற்பனை ஆரம்பம் முதலே கொடிகட்டித்தான் பறந்திருக்கிறது. இராமச்சந்திர ராயர்தான் அந்தக் கொடியைப் பிடித்துக்கொண்டு முதலில் மைதானத்தை வலம் வந்திருக்கிறார்.

இந்தப் புத்தகம் "பீடிகாவிதிகள், பலவகை போஜன பதார்த்தங்கள், பலவகை பக்ஷணங்கள்" என்று மூன்று அத்தியாயங்களாகப் பிரிக்கப்பட்டு அதன் கீழ் 49 உபதலைப்புகள் கொண்டு வடிவமைக்கப்பட்டிருக்கிறது. இதில், 298 வகையான பதார்த்தங்கள் செய்யும் முறையும், 104 பக்ஷணங்கள் செய்யும் முறை பற்றியும் விரிவாக எழுதப்பட்டுள்ளன.

சுவை மிகுந்த உணவு எல்லா காலங்களிலும் சமைக்கப் பட்டுக் கொண்டேதான் இருக்கிறது. ஆனால், எப்படிச் சமைக்கப்படுகிறது என்பதற்கான பதிவுகள் மிகமிகக் குறைவு. பெரும்பாலான சமையல் புத்தகங்கள் சமையலுக்கான சேர்மானங்களைத்தான் பேசுகின்றன. ஆனால், அதனைத் தாண்டி சமையலோடு சம்பந்தப்பட்ட அனைத்தையும் பற்றியக் குறிப்புகளோடு ஒரு புத்தகம் எழுதப்பட்டால், அது சுவாரஸ்யம் மிகுந்த முக்கியத்துவத்தைப் பெறுகிறது. இராமச்சந்திர ராயர் எழுதியுள்ள புத்தகம் அப்படிப்பட்டது. இன்றிலிருந்து 125 ஆண்டுகளுக்கு முந்தைய அடுப்பங்கரை எப்படி இருந்தது, சமையல் சம்பந்தப்பட்ட பொருட்கள், உபகரணங்கள், என்னென்ன இருந்தன, அவற்றை எப்படி யெல்லாம் பயன்படுத்த வேண்டும் என்பதைப் பற்றிய மிகத் துல்லியமான பதிவு இது.

இந்தப் புத்தகத்தின் முதல் பதிப்பு முழுவதும் விற்றுத்தீர்ந்த பிறகு இரண்டாம் பதிப்பு வெளியிடுவதற்குள்ளான இடைப்பட்ட காலத்தில் (1890 -1900) நாட்டில் புதிதாக

அலுமினியப் பாத்திரங்கள் புழக்கத்துக்கு வந்துள்ளன. தொடக்கக் காலத்தில் சமையலுக்கு மண்பாத்திரங்களைப் பயன்படுத்தி வந்த மக்கள், பின்னர் செம்பு, பித்தளைப் பாத்திரங்களைப் பயன்படுத்தத் தொடங்கினர். இப்போது அலுமினியம். எனவே, இரண்டாம் பதிப்பில் அலுமினியப் பாத்திரங்களை அறிமுகப்படுத்தி, அதனைப் பற்றி நன்கு அறிந்த ஒருவரின் குறிப்புகளை வாங்கி இணைத்துள்ளார்.

செம்பு, பித்தளைப் பாத்திரங்களை உபயோகிக்கும்பொழுது அடிக்கடி கலாயம் பூசவேண்டும். அப்படிப் பூசவில்லை என்றால், அவற்றில் வைக்கும் புளி முதலியவை கலந்து உணவுப்பொருட்களில் ரசாயன மாற்றம் உண்டாகி உணவே நஞ்சாக மாறிவிடும் ஆபத்து உண்டு. இதனால், சில்லறை வியாதிகள் உருவாகின்றன என்பதைப் பற்றி விரிவாக விளக்கிவிட்டு, "சுத்தமான அலுமினியப் பாத்திரம் புளி முதலியவற்றால் களிம்பு பிடிப்பதில்லை. கனமின்றி மிக லேசாக இருப்பதால், பிரயாணங்களுக்கு உபயோகமாக இருக்கும். ('லேசாக' என்ற சொல் அப்பொழுதே பொதுப் புழக்கத்தில் இருந்துள்ளதைக் கவனிக்க). மற்ற பாத்திரங் களைவிட அதிசீக்கிரமாக சூடுகொள்வதினால், அதிக விறகு செலவில்லை" எனப் புதிய அறிமுகமான அலுமினியப் பாத்திரங்கள் சிறப்புகள் குறித்துக் கூறுகிறது இந்நூல்.

"பசியடங்கல், பிணிதீர்த்தல், பலத்தைக் கொடுத்தல், நல்லறிவை விளைவித்தல்" என்று ஆகாரத்தின் நற்குணங்களைப் பட்டியலிடும் ராயர், வைத்தியசாஸ்திரம், யோகசாஸ்திரம் முதலிய பல சாஸ்திரங்களின் அடிப்படையில் உணவுக்கு அடிப்படையான 267 வகையான பொருட்களின் குணங்களைப் பட்டியலிட்டுக் கூறுகிறார்.

அதன்பின் சமையலுக்கான சமாசாரங்களுக்குள் நுழைகிறார். இன்றைக்கு சமையலுக்குத் தேவையான எல்லா பொருட்களும் தனித்தனி பாக்கெட்டுகளில் சந்தையில் கிடைக்கின்றன. அவை நமது அடுப்படி அலமாரிகளில் நிரம்பி இருக்க, என்ன சமைக்கப் போகிறோம் என்பதில் இருந்தே சமையலுக்கான குறிப்புகள் துவங்கும். ஆனால், நூற்றாண்டுகளுக்கு முந்தைய நிலைமை அப்படி அல்ல.

இராமச்சந்திர ராயர் தனது சமையல் குறிப்புகளை களத்துமேட்டில் இருந்துதான் துவக்குகிறார். "நன்றாய்

முதிர்ந்து பழுத்த எந்தச் சாதி நெல்லாகிலும் அறுக்கப்பட்டு, அதிலுள்ள சாவி அதாவது பதரானது தூற்றல், புடைத்தல் முதலியவற்றால் போக்கப்பட்டு, களத்திலிருந்து வீடு வந்து சேர்ந்தபின், அதை நன்றாய் வெயிலில் உலர்த்தி, அச்சூடு ஆறிய பின் களஞ்சியம் அல்லது குதிரில் கொட்டிக் கொஞ்சம் பழகியபின் அதாவது பழையதான பின் அரிசியாக்க விரும்பும் தருணத்தில், அதை மறுபடியும் கொஞ்சம் வெயிலில் உலாத்தி, அதில் கொஞ்சம் உள்ளங்கையில் கொண்டு கசக்க, அந்த நெல்லின் அரிசியும் உமியும் வேறுபடுவதைப் பார்த்து, அத்தருணத்தில் வெயிலைவிட்டு அப்புறப்படுத்தி, மற்றொரு தடவை கல், மண், பதர் முதலியவை இல்லாமல் புடைத்த பின் ஒருநாள் ஆறவைத்திருந்து, மறுநாள் அடியிற்கூறுமாறு அரிசியாக்கிக்கொள்ள வேண்டும்.

கல்லுரலின் குழியை ஒப்பக் குழியையுடைய கற்றரை அல்லது கடினமான தரையில் அக்குழியானது மையமாய் இருக்கும்படி, அதன் பேரில் கல், மண், மரம் இவை ஏதாவதொன்றினால் செய்யப்பட்ட குந்தாணியை வைத்து, அதில் அந்தக் குந்தாணியின் முக்கால் பாகம் நிறையும்படியாக நெல்லைக் கொட்டி, இரண்டு அல்லது மூன்று பேர்கள் உலக்கைகளைக் கொண்டு குத்துக்குப் பின் குத்தாக மாற்றிமாற்றிக் குத்திக்கொண்டேயிருந்து அந்த நெல்லின் பெரும்பான்மையான உமி, அரிசி இவை பிரிபட்டவுடனே, அதைக் கிளறி இப்பால் எடுத்துவைத்துக் கொண்டு, மறுபடியும் அந்தக் குந்தாணியில் மீதி நெல்லையும் கொட்டி, இவ்வாறே குத்திய பின் அவற்றை எல்லாம் நன்றாகக் கலந்து, உமி நீங்கும்படியாக முறம், சுளகு இவற்றால் நன்றாகப் புடைத்து உமியைப் போக்கிவிட்டு, அரிசி, நெல், இவை கலப்பாயிருப்பதை மற்றொரு தடவை குத்தி எடுத்துக்கொள்ள வேண்டியது. முதலில் குத்தியதற்கு 'குத்தல்' என்றும், இரண்டாந்தரம் குத்தியதற்கு 'மழுக்கல்' என்றும் சொல்லப்படுகிறது."

இவ்வாறாக நெல்லைக் குத்தி அரிசியாக்கும் முறையைச் சொல்லிச் செல்லும் இராமச்சந்திர ராயர், இதே போன்று காய்ந்த தானியங்களைப் பருப்பாக்கல், கோதுமையை மாவாக்கல், நெல்லைக் குத்தி அவலாக்கல், பாலைத் தயிராக்கல் என்று அனைத்தையும் பற்றி விரிவாகப் பதிவு செய்கிறார். நவீன இயந்திரம் எதுவும் இல்லாமல் (அரிசி

அரைக்கும் ரைஸ்மில்கூட இல்லாத காலத்தில்) சமையலுக்குத் தேவையான அனைத்து விதமான பொருட்களும் விளைந்த தானியங்களில் இருந்து மனித உழைப்பினால் எப்படி உருமாற்றப்படுகின்றன என்பதனைப் பற்றிய ஒரு நேரடி வர்ணனை இது.

சமையலுக்குத் தேவையான அடிப்படைப் பொருட்களைத் தயார் செய்வதைப் பற்றிச் சொல்லிவிட்டு அடுத்து சமையலுக்குத் தேவையான பாத்திரங்களைப் பற்றிச் சொல்லத் தொடங்குகிறார்.

இந்தப் புத்தகத்தில் இருக்கும் பெரும் வியப்பே, சமையல் செய்ய அன்றைய தினம் பயன்பாட்டில் இருந்த சுமார் 100 பாத்திரங்களைப் படத்தோடு விளக்கியுள்ளதுதான். இவற்றில் பெரும்பான்மையானவை இன்று வழக்கொழிந்து விட்டன. அதன் காலம் முடிந்துவிட்டது. ஒரு காலத்தில் வீட்டின் அலமாரிகளில் இருந்த தேக்கரண்டியும், பித்தளைச் சவலையும். சருகச்சட்டியும், வெண் கலப்பானையும் இன்று இல்லை. அவை எல்லாம் எப்படி மறைந்தன என்ற நினைவுகள்கூட நம்மைவிட்டுப் போய்விட்டன. ஆனால், இவை எல்லாம் எப்படி, என்ன வடிவத்தில் இருந்தன என்பது

துல்லியமாக வரையப்பட்டுள்ளது. இந்தப் படங்களை வரைந்த ஓவியரின் பெயர் குறிப்பிடப்படவில்லை. படங்களோடு அதன் செயல்முறை விளக்கமும் தரப்பட்டுள்ள இந்நூலினை நூற்றாண்டுக்கு முந்தைய அடுப்பங்கரை ஆவணம் என்றே சொல்லலாம்.

வேகவைப்பதற்குச் சிறந்த பாத்திரங்கள் எவை? வறுப்பதற் கான பாத்திரங்கள் எவை? பொரிப்பது மற்றும் சுடுவதற்கான பாத்திரங்கள் எவை எவை என்று தனித்தனியாகப் பட்டியலிட்டுள்ளார். இந்தப் பாத்திரங்கள் எல்லாம் கடந்த கால நினைவுகளை எல்லோருக்குள்ளும் கிளறக்கூடியவை. சில பாத்திரங்கள் மட்டும் வடிவங்கள் மாறிப் பயன்பாட்டில் இருக்கின்றன. இன்றும் பெரும் பயன்பாட்டில் இருக்கும் ஒரு பாத்திரம், இட்லிப் பானை. ஆனால், அது ஒரு நூற்றாண்டுக் காலத்துக்குள் தனது வடிவத்தை முழுமுற்றாக மாற்றிக் கொண்டுள்ளது என்பதனை இவர் வரைந்துள்ள படத்திலிருந்து நாம் அறிய முடிகிறது.

அடுத்தபடியாக அடுப்புகளைப் பற்றிய விபரங்களைக் கொடுக்கிறார். ஒரு பாத்திரம் மட்டும் வைக்கக்கூடிய ஒற்றை அடுப்பு, தேவையான இடங்களுக்குக் கையில் எடுத்துப் போகக்கூடிய கட்டியடுப்பு, இரண்டு பாத்திரங்களை வைக்கக்கூடிய கொடியடுப்பு, ஒரே நேரத்தில் மூன்று பாத்திரங்களை வைக்கக்கூடிய இரட்டைக் கொடியடுப்பு, மிட்டாய்க்கடைக்காரர், பொரிகடலைக்காரர் வைத்திருக்கக்கூடிய குண்டடுப்பு, கல்யாணம் முதலிய விசேஷ நாட்களில் நூற்றுக்கும் மேற்பட்ட கூட்டத்திற்கு சமைக்கக்கூடிய கால்வாய் அடுப்பு. ரொட்டி முதலியவை சுடக்கூடிய கூண்டடுப்பு மற்றும் போன அடுப்பு என எட்டு வகையான அடுப்புகளை படம் போட்டு விளக்குகிறார். இதில், முதல் ஐந்து வகையான அடுப்புகளின் மேல் அரைப்படி அரிசி முதல் ஐந்து படி அரிசி வரையிலான பானைகளை வைக்கலாம் என்றும், இந்த அடுப்புகளை நமது பெண்கள் களிமண் முதலியவற்றால் தாங்களே செய்து கொள்வதும் உண்டு என்றும் கூறுகிறார். தினசரி அடுப்புகளை சாணம், மண் முதலியவை கொண்டு மெழுக வேண்டும் இல்லையென்றால், உவர் மண் சுவரைப் போல இவ்வடுப்பும் சீக்கிரத்திலேயே உதிர்ந்துவிடும் என எச்சரிக்கிறார்.

அடுப்பில் எரிப்பதற்கான எரிகட்டைகள் பற்றிய குறிப்பு களையும் அடுத்து தருகிறார். இவ்வளவு நேரம் அவரது எழுத்துகள் ஆச்சர்யத்தை ஏற்படுத்துவதாகத்தான் இருந்தன. ஆனால், எரிகட்டைகளைப் பற்றிய அவரது குறிப்புகள் சற்றே நெஞ்சு வலியை வரவைப்பதாக இருந்தன.

அவர் சொல்கிறார், "அடுப்பெரிக்க வேம்பு, சந்தனம், தேவதாரு, தேக்கு இவ்வகைக் கட்டைகளை உபயோகிக்கக் கூடாது. உபயோகித்தால், இக்கட்டைகளின் எரிச்சலால் பக்குவமான பதார்த்தங்கள் கசப்பாகிவிடும், அல்லாமலும் பாத்திரத்தின் மேல்புறத்தில் அதிகக் கருப்பாய் மசி ஒட்டிக்கொண்டு சீக்கிரத்தில் போகாது. அதைப் போக்குவதற்காக, மணல், மண் முதலியவற்றைக் கொண்டு அப்பாத்திரங்களைத் தேய்ப்பதால், அவற்றுக்கும் சீக்கிரத்தில் கெடுதிகள் உண்டாகின்றன" என்கிறார்.

சந்தனக் கட்டைக்கும் தேக்குக் கட்டைக்கும் கவலைப் படாமல், உணவின் கசப்பிற்கும், சட்டியில் ஒட்டும் கரிக்கும் கவலைப்பட்டுள்ள இவனல்லவோ உண்மையான சமையல் கலை நிபுணன் என்று சத்தம்போட்டுக் கூவ வேண்டும் போல் தோன்றுகிறது. சந்தனக்கட்டையும் தேக்குக் கட்டையும் அடுப்பெரிக்கப் பயன்படுத்திய புண்ணியவாளர்கள் வாழ்ந்த பூமியில்தான் நாமும் வாழ்கிறோம் என்ற வரலாற்றைப் பதிவு செய்ததற்காக இராமச்சந்திர ராயரை வாழ்த்த வேண்டும். அதிர்ச்சி தரக்கூடிய எரி கட்டைகளைப் பற்றிய விபரங்களைக் கொடுக்கும் ராயர், கருவேலன், கருங்காலி, புரசு, புளியன் என எரிப்பதற்குத் தகுந்த மரக்கட்டைகளின் பட்டியலையும் மறவாமல் கொடுக்கிறார்.

இதனைத் தொடர்ந்து பயன்படுத்த வேண்டிய நீரைப் பற்றிய குறிப்பு வருகிறது, "வெயில், நிலவு, காற்று இவை படாததும் சேறு, சதுப்பு நிலம் இவற்றில் பாய்ந்தோடுகிறதும், கட்டுக்கிடையாய் நிற்கிறதும், உதிர்ந்த செத்தைச் சருகுகளை உடையதும், வண்டலாயும், அதிகக் கனமாயும், உவப்பாயுமிருப்பதும், இரைக்கப்படாத கிணறு, குளங்களில் இருப்பதுமான நீரைக் குடிப்பதற்கும் சமைப்பதற்கும் பயன்படுத்தக் கூடாது." என்று பட்டியலிடும் இவர், "செவல், கரிசல், களிமண், மணல், பாறைகளையுடைய நிலங்களில் வேகமாயும் தெளிவாயும் பாய்ந்தோடும்

ஆறு, ஏரி, கால்வாய், ஓடை, சுத்தமாகவும் லேசாகவும், ஊற்றும் இறைப்புமுடைய குளம், கிணறு இவற்றின் நீரைப் பயன்படுத்தலாம். ஆனால், வடிகட்டி உபயோகிப்பது நலம் என்கிறார். இப்படியாக, சமையலுக்கான முன்தயாரிப்புகளை எல்லாம் முடித்துக்கொண்டு பதார்த்தங்களுக்குள்ளும், பக்ஷணங்களுக்குள்ளும் நுழைந்து வெளுத்துக் கட்டுகிறார்.

இயற்கையாய் விளைந்த அல்லது விளைய வைத்த பொருட்கள் நேரடியான மனித உழைப்பால் நிகழும் மாற்றங்களின் வழியே சமையல்கட்டுக்கு வந்து சேர்கின்றன. அங்கும் நவீனக் கருவிகள் என்று சொல்லப்படும் எந்த ஒரு கருவியும் இல்லாமல் பாரம்பரிய அறிவுச் சேகரத்திலிருந்து அவை சமைத்த உணவாக மாற்றப்படுவது பற்றி இந்தப் பகுதி பேசுகிறது.

களி கிண்டும் துடுப்பானது பாலை மற்றும் இலந்தை மரத்தினால் செய்யப்பட்டிருக்க வேண்டும் என்பதில் துவங்கி, புளிச்சாதத்தைப் பாக்குப்பாளையில் கட்டிவைத்தால், 10 அல்லது 15 நாட்களுக்குக் கெடாமலிருக்கும் என்பது வரை மரபார்ந்த அறிவின் தொகுப்பாகப் பல தகவல்கள் இதில் ஊடாடிக்கிடக்கின்றன.

சமைக்கும் முறையைப் பற்றி சுமார் 300 பக்கங்களில் எழுதப்பட்டுள்ளன. சமையலுக்கான எடையின் அளவாக ரூபாய் எடை, குன்றிமணி எடை என்கிற கணக்கில் துவங்கி நெய்யில் வறுக்கப் பயன்படும் துடைப்பத்தின் ஒவ்வொரு ஈக்கியும் கட்டையாக இருக்காமல் கூராயிருக்க வேண்டும் என்பதோடு முடிகிறது.

402 வகையான உணவைச் சமைத்து முடித்த பின் அவை எப்படி பரிமாறப்பட வேண்டும் என்று கூறத் தொடங்குகிறார். "ஆங்கிலேயர்களுக்குள்ளும் விசேஷமாய் கவனிக்கப்பட்டு (Dinner table arrangement) 'டின்னர் டேபிள் அரேஞ்ச்மென்ட்' எனும் பரிமாறும் முறையில் தேர்ந்தவர்களுக்குத் தகுந்த வெகுமதிகளையும் கணகாஷி சபையில் கொடுத்துவருகிறார்கள். ஆகையால் நமது ஆகாரத்துக்குரிய போஜன பதார்த்தங்களை பாகம் செய்பவர்கள் அதைப் பரிமாறும் நியமங்களைப் பற்றியும் அறிந்திருப்பது அவசியமாதலால் அதைப் பின்வருமாறு

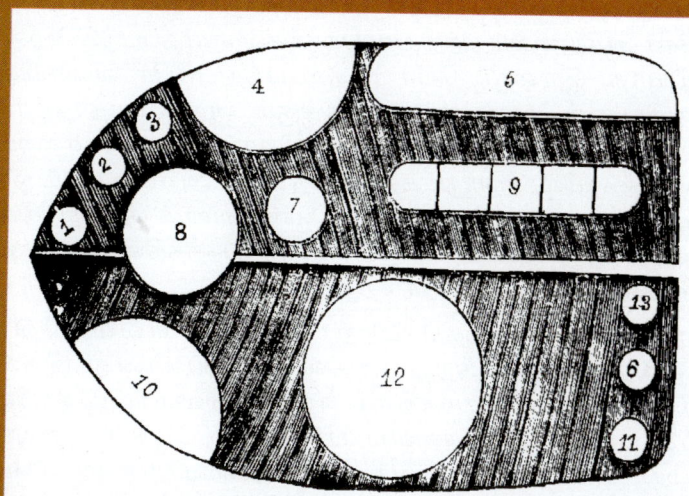

1. பொடி செய்த உப்பு 2. தொகையல் (சட்ணி) 3. ஊறுகாய் 4. கோசுமபரி, பச்சடி 5. கறி, உப்பேறி, பொடி 6. பருப்பு (அ) ஊறின ஆமவடை 7. சித்திரான்னங்கள் 8. அப்பளம் (அ) ஆமவடை (அ) வடாம் 9. கூட்டு, குளம்பு, இளக்கமான பதார்த்தங்கள் 10. இட்லி, கொழுக்கட்டை, போளி, லாடு 11. பாயஸம் 12. ஆசாரத்திற்குரிய முக்கியப் பதார்த்தம் அனைத்தும் 13. நெய்

அறியவேண்டியது” என்று முன்விளக்கம் கொடுத்துவிட்டு அப்பகுதியை விளக்கிச் செல்கிறார்.

உணவு பரிமாற ஏற்றது வாழை இலை. அது கிடைக்காத பொழுது ஆல், பலா, மந்தாரம் முதலிய இலைகளைத் தைத்துப் பயன்படுத்தலாம். வாழை இலையில் உண்ணுகையில் இலையின் நுனி உண்பவரின் இடப்பக்கமும், அடி வலப்பக்கமுமாய் இருக்கும்படி போடவேண்டும். ஆனால் கஞ்சம், கிருஷ்ணா, கோதாவரி முதலிய தெலுங்கு நாட்டாரும், கோலாபூர், ஸோலாபூர், புனா, பம்பாய் முதலிய மஹாராஷ்டர தேசத்தவரும் இலையின் நுனி மேலும் அடி கீழும் இருக்கும்படி போடுகின்றனர். இதில் நமது வழக்கமே உத்தமம் என்கிறார்.

வாழை இலையை நுனி இடப் பக்கமும் அடி வலப்பக்கமு மாக இருக்கும்படி போட்ட பின், சமைக்கப்பட்ட ஒவ்வொரு பொருளையும் அதில் எந்தெந்த இடத்தில் வைக்க வேண்டும் என்பதனைக் மேற்கண்டவாறு வரைந்து விளக்கியுள்ளார்.

சாப்பிட்ட பின் கொடுக்க வேண்டிய தாம்பூலம், காபி, டீ, கோகோ ஆகியவைப் பற்றி பல பக்கங்கள் எழுதப்படுகின்றன. இறுதியாக, இரண்டு பேர் முதல் பத்துப்பேர் வரையில் அடங்கிய ஒவ்வொரு சம்சாரத்துக்கும் ஆகும் மாதாந்திரச் செலவு எனப் பட்டியல் கொடுக்கிறார். அது அன்றைய சந்தை நிலையில், பொருட்களின் மதிப்பை அறிய உதவும் ஓர் அரிய அட்டவணை மட்டுமல்ல, ஆண் மையக் குடும்பத்தில் கொண்டுவந்து பூட்டப்பட்ட சம்சார பந்தத்தின் கூட்டல் தொகையையும் அது குறிக்கிறது.

இந்தப் புத்தகத்தைப் பற்றி இன்னும் எவ்வளவோ சொல்வதற்கு இருக்கிறது. அதில் முக்கியமானது இதன் தலைப்பு, 'இந்து பாகசாஸ்திரம்' என்று தலைப்பிட்ட நூலில் மாமிச உணவு வகைகளைப் பற்றிய குறிப்புகள் எதுவும் இல்லை. மரக்கறி உணவைச் சாப்பிடுகிறவர்கள் மட்டுமே இந்துக்கள் மற்றவர்கள் எல்லாம் இந்து அல்லாதவர்கள் என்ற சரித்திரத்துக்கு இந்த நூல் சமையல்பூர்வமான சான்றினை வழங்குகிறது.

பிராமணப் பேச்சுமொழியில், புள்ளி வைக்காத எழுத்துகளில் அச்சடிக்கப்பட்டுள்ள இந்நூலின் முன்னுரையில் ஆசிரியர் இதனை எழுதுவதற்கான நோக்கத்தைப் பற்றிக் கூறுகிறார்.

'பெண்கல்வி இடைவிடாது விருத்தியடைவதும், கூடுமானவிடங்களிலெல்லாம் ஸ்திரிகளே பெண் பயிற்சியை நடத்தி வருகிறார் என்பதும் சந்தோஷப்படத்தக்க விஷயங்களே, ஆனபோதிலும் நம்முடைய இராஜதானியின் பெண் பயிற்சி ஏற்பாட்டில் ஒரு பெரிய குறையிருக்கிறது. அது என்னவெனில், நமது பெண்கள் பெரியவளாகும்போது தங்களுடைய கணவர்களுக்கும் குழந்தைகளுக்கும் உரிய கடமைகளை நிறைவேற்றுவதற்கு உபயோகமான விசயங்களில் யாதொரு முயற்சியும் செய்யப்படவில்லை என்பதேயாம். அவர்களுக்குப் பாட சாலையில் வாசிப்பு, எழுத்து, கணிதம், சரித்திரம், பூகோளம், சுகாதார விளக்கம், தையல்வேலை முதலிய பாடங்களைக் கற்றுக்கொடுக்கிறார்கள். ஆனாலும் பெண்பிள்ளைகளுக்கு மேற்கூறிய விஷயங்களைக்காட்டிலும் அதிக அவசியமும் முக்கியமுமான சமையல் தொழில், நாடோடி வைத்தியம் ஆகிய விஷயங்களில் தேர்ச்சியுண்டாக்க இதுவரை யாதொரு முயற்சியும் செய்யப்படவில்லை'

அக்குறையைத் தீர்ப்பதே இந்நூலின் நோக்கம் என்பதை முன்னுரை தெளிவுபடுத்துகிறது.

அடுப்பங்கரையை விட்டு பாடசாலையை நோக்கிச் சற்றே நகரத் துவங்கிய பெண்களை நோக்கி இப்புத்தகம் வீசியெறியப்பட்டிருக்கிறது. நவீனக் கல்வியை நோக்கிப் பதற்றமடைந்த ஆணின் குரல்தான் இப்புத்தகம். கணிதத்தையும், பௌதீகத்தையும்விட கடமைதான் (சமையல்) முக்கியம் என்று கர்ஜிக்கும் பழைமையின் ஆவேசம் இது. பெண்களைப் பள்ளிக்கூடத்துக்கு அனுப்பிய, அனுப்ப நினைத்த எல்லோரும் இந்தப் புத்தகத்தை அவசர அவசரமாக வாங்கித் தீர்த்திருப்பார்கள். பெண்ணிடமிருந்து சமையலைப் பிரிக்க சிறு நூலளவு முயற்சி நடந்தாலும், 400 பக்க தடிமனான நூல் அளவு எதிர்வினை நிகழும். அதன் வரலாற்றுச் சான்றுதான் 'இந்து பாகசாஸ்திரம்'.

அன்றிலிருந்து இன்று வரை வெளியிடப்பட்டு, விற்றுத்தீரும் எண்ணிலடங்கா சமையல் புத்தகங்கள் நேரடியாகவும் மறைமுகமாகவும் இந்த நோக்கத்தையே நிறைவேற்றுகின்றன.

ஆனாலும், இராமச்சந்திர ராயர் எழுதியுள்ள புத்தகம், சமையல் புத்தகம் என்பதனைத் தாண்டிய முக்கியத்துவத்தைக் கொண்டுள்ளது. அது நவீனக் கருவிகளற்ற ஒரு காலத்தில், சமைப்பதற்கான பாரம்பரிய அறிவை மொத்தமாக உருத்திரட்டி வைத்திருக்கிறது. இயற்கைக்கும் மனிதனுக்குமான பட்டு இழையால் நெய்யப்பட்ட ஒரு முடிச்சு அவிழ்க்கப்படுவதற்கு முன் எடுக்கப்பட்ட கடைசிப் புகைப்படம் போன்றது. இந்த அரிய சேகரிப்பு இதுநாள் வரை வேறு எந்த ஒரு வடிவிலும் நமக்குக் கிடைக்காதது.

இது வெறும் சமையல் குறிப்பு பற்றிய புத்தகம் அல்ல, ஒரு பண்பாட்டுச் சான்றாவணம். நூற்றாண்டுக்கு முந்தைய சமையலின் சரித்திரமென்றே இதனைச் சொல்லலாம்.

9

மாயக்காளின் காலடியில் ஒரு ரோசாப்பூ

வரலாறு பெயர்களால் ஆனது இல்லை. ஆனால் பெயர்களின்றி வரலாறு இல்லை. சில பெயர்களைப் பற்றி வரலாற்றில் குறிப்புகள் ஏதும் இல்லாவிட்டாலும், அவை வரலாற்றின் பெயர்களாக இருப்பதை மறுக்க முடியாது. குறிப்புகளற்ற பெயர்களின் பின்னால் இருக்கும் வரலாற்றுக்கு எப்போதும் ஈர்ப்புசக்தி அதிகம்.

அப்படி ஒரு பெயர்தான் 'மாயக்காள்'. இந்தப் பெயரைப் பற்றி எழுதப்பட்ட வரலாற்றில் இருக்கும் குறிப்புகள் சில வரிகள்தாம். ஆனால் எழுதவேண்டிய பக்கங்கள் எண்ணற்றன.

தமிழகத்தில் போலீஸ்

தாக்கு தலுக்குப் பலியான முதல் பெண் மாயக்காள். குற்றப்பரம்பரைச் சட்டத்தின் கீழ் பெருங்காமநல்லூர் கள்ளர்களைப் பதிவுசெய்யச் சென்ற போலீஸ் படை, பதிய மறுத்தவர்களின் மீது துப்பாக்கிச்சூடு நடத்தியது. அந்தத் துப்பாக்கிச் சூட்டில் பலியானவர்களில் ஒருவர் மாயக்காள்.

இந்த நிகழ்வு தொடர்பாக அரசு அறிக்கைகளும் விவாதக் குறிப்புகளும் பத்திரிகைச் செய்திகளும் நீதிமன்றத் தீர்ப்பு களுமாகப் பலநூறு பக்க ஆவணங்கள் இருக்கின்றன. அவற்றை முழுமையாக இங்கு விவாதிப்பது இயலாத காரியம். ஆனால், அந்த ஆவணங்களில் அங்குமிங்குமாகச் சிற்சில வரிகளில்தான் மாயக்காளைப் பற்றியக் குறிப்புகள் வருகின்றன. அவற்றையெல்லாம் சேர்த்து இணைக்கிறபோது கிடைக்கும் வரலாற்றுச் சித்திரத்தை வரைவதே இந்தக் கட்டுரை.

ஜாலியன் வாலாபாக் படுகொலை நடந்து ஓராண்டு நிறைவுபெற சரியாக 10 நாட்களே மீதம் இருந்த நிலையில், 1920-ம் ஆண்டு ஏப்ரல் 3-ம் தேதி அன்று நள்ளிரவு மதுரை மாவட்டத்தின் சின்னஞ்சிறிய கிராமம் ஒன்றில் இருந்து சென்னை மாகாண கவர்னருக்கு ஒரு தந்தி அனுப்பப்பட்டது. தந்தியில் இருந்த வாசகம், 'குற்றப்பரம்பரை சட்டப்படி பதிய மறுத்த 70 நபர்கள் திருமங்கலம் தாலுகாவில் சுட்டுக் கொல்லப்பட்டார்கள். உடனடியாக நிவாரணம் வேண்டுகிறேன்'.

தந்தியை அனுப்பியவர் பெருங்காமநல்லூரைச் சேர்ந்த முத்துமாயத்தேவர். கவர்னருக்குத் தந்தியை அனுப்பும் இந்த நடவடிக்கைக்குப் பின்னால் இருந்தவர், பாரிஸ்டர் பட்டம் பெற்ற வழக்கறிஞர் ஜார்ஜ் ஜோசப்.

தந்தியைக் கண்ட கவர்னர் அலுவலகம் உடனடியாக விழித்துக்கொண்டு தகவல்களைச் சேகரிக்கத் தொடங்கியது. கவர்னருக்குத் தந்தி சென்று சேர்ந்த அதே நள்ளிரவில் மதுரை மாவட்ட கலெக்டருக்கும் முத்துமாயத்தேவர் தந்தி அனுப்பியுள்ளார். கவர்னரின் பார்வைக்குச் செய்தி எட்ட, அவர் உள்துறைச் செயலாளரிடம் விளக்கம் கேட்டுள்ளார். உள்துறைச் செயலாளரோ காவல்துறை ஐ.ஜி-யிடமும், மதுரை மாவட்ட கலெக்டரிடமும் விளக்கம் கேட்டுள்ளார்.

மதுரை மாவட்ட கலெக்டர் ஹெச்.டி. ரெய்லி, ஏப்ரல் ஐந்தாம் தேதி உள்துறைச் செயலாளருக்கு பதில் அனுப்பினார். அதில் 'திருமங்கலம் தாலுகா, பெருங்காமநல்லூரில் கடந்த மூன்றாம் தேதியன்று குற்றப் பரம்பரையினர் பதிவு தொடர்பாகப் பெரும் கலவரம். மாஜிஸ்திரேட்டின் உத்தரவின்பேரில் போலீஸார் துப்பாக்கிச்சூடு நடத்தியுள்ளனர். 11 பேர் பலி, 8 பேர் காயமடைந்துள்ளனர்.'

'இச்சம்பவம் குறித்த முதல் தகவல் 3-4-1920-ம் தேதி இரவு 1.15 மணியளவில் முத்துமாயத்தேவர் என்பவரின் தந்தி மூலம் கிடைத்தது. அதுபற்றி உடனடியாக மாவட்ட சூப்பிரின்டெண்டென்ட் அலுவலகத்தில் கேட்டபோது அங்கும் தகவல் இல்லை. பின்னர் கள்ளர் பதிவு தொடர்பான ஸ்பெஷல் மாஜிஸ்திரேட்டுக்குத் தந்தி அனுப்பினேன், 'ஆம்' என்று அவரிடமிருந்து பதில் வந்தது' என்று நடந்த நிகழ்வு

களைப் பற்றி விரிவாகக் கூறி, இறுதியாக 'இப்பகுதிக்கு ரிசர்வ் போலீஸ் படை அனுப்பப்பட்டது குறித்து எனக்கு முன்கூட்டியே தகவல் அனுப்பப்படவில்லை' என்ற விதிமீறலையும் நிர்வாகத் தவறுகளையும் பதிவு செய்கிறார்.

இந்த அறிக்கையின்பேரில் உள்துறைச் செயலாளர் தென் மண்டல ஐ.ஜி-யிடம், 'மாவட்ட கலெக்டருக்குத் தெரியாமல் ஆயுதம் தாங்கிய ரிசர்வ் போலீஸ் அனுப்பப்பட்டது' குறித்து விளக்கம் அளிக்கக் கேட்டுள்ளார்.

காவல்துறை வழக்கம்போலத் தன் துறை அதிகாரிகளைக் காப்பாற்றும் வேலைக்கு முதலிடம் கொடுத்து பதில் அறிக்கை அனுப்பியது. 'இதுபோன்ற பணிகளுக்கு ரிசர்வ் போலீஸ் அனுப்பப்படுவது வழக்கமான ஒன்று என்பதால், மாவட்ட கலெக்டருக்குத் தகவல் தரப்படவில்லை. இது குறித்து மாவட்ட எஸ்.பி., கலெக்டரிடம் நேரில் சென்று விளக்கம் அளித்துவிட்டார். எனவே மேற்கொண்டு விசாரணை எதுவும் தேவையில்லை' என்று கீழ் அதிகாரிகளின் விதிமீறல்களைக் காப்பாற்றி அறிக்கை வழங்குகிறார்.

மேலும், போலீஸை மக்கள் கற்களால் தாக்கியதால் துப்பாக்கிச்சூடு நடத்தவேண்டிய தேவை ஏற்பட்டதையும் அதில், போலீஸ் சதுரமாக நின்று தனித்தனியாக 89 ரவுண்டுகள் சுட்டதையும் பதிவுசெய்கிறார். இறந்தவர்கள் போக 63 பேரைக் கைது செய்துள்ளதையும் தெரிவிக்கிறார் தென்மண்டல ஐ.ஜி.

இவ்வாறாக, இந்தத் தந்தியின் அடிப்படையில் முதற்கட்ட விசாரணையும் வாக்குமூலங்களும் பெறப்பட்டன. ஒரு வேளை முத்துமாயத்தேவர் கவர்னருக்குத் தந்தி அனுப்பாமல் இருந்திருந்தால், ஒரு சப்-மாஜிஸ்ரேட்டின் அதிகாரப் பரப்பின் கீழ் இந்த மொத்த விஷயமும் முடிக்கப் பட்டிருக்கலாம்.

இந்த நிலையில் அடுத்த நான்காம் நாள், அதாவது ஜாலியன் வாலாபாக் படுகொலையின் முதல் ஆண்டை நாடு முழுவதும் நினைவுகூர்ந்ததற்கு மறுநாள், ஏப்ரல் 14-ம் தேதி 'தி ஹிந்து' நாளிதழில் ஒரு சிறப்புக் கட்டுரை வெளியானது.

காவல்துறையின் கருத்துப்படி ஜார்ஜ் ஜோசப்பின் முழுமையான முயற்சியின் வெளிப்பாடே அந்தக் கட்டுரை.

நிராயுதபாணியான கூட்டத்தின் மீது நிகழ்த்தப்பட்ட கொடிய தாக்குதலைக் கண்டித்து ஒரு பொதுவிசாரணை தேவை என்று வலியுறுத்தி அந்தக் கட்டுரை எழுதப்பட்டது.

போலீஸை மக்கள் கற்களால் தாக்கினார்கள் என்பதை அந்தக் கட்டுரை உறுதியாக மறுக்கிறது. கிராமத்தார் கூடியிருந்த வயல் கிட்டத்தட்ட 150 அடி நீளமும், 120 அடி அகலமும் கொண்டது. இவ்வளவு பெரிய நிலத்தில் ஒரு செங்கல்லோ, வேறு கல்லோ இல்லை. வெறும் களிமண்தான் இருந்தது. எனவே, போலீஸின் மீது கற்கள் வீசப்படவில்லை என்று நேரில் பார்த்த ஆதாரத்துடன் வாதிடும் அந்தக் கட்டுரையில்தான் முதன்முதலாக மாயக்காளைப் பற்றிய குறிப்பு இடம்பெற்றது.

"கிராமத்தை நோக்கி மக்கள் ஓடத் தொடங்கியபோது, போலீஸ் அவர்களைத் துரத்தியது. ஏற்கெனவே குண்டடி பட்டிருந்த மாயக்காள் என்ற பெண்ணைப் பிடித்து அவள் உயிர் போகும் வரை துப்பாக்கி முனையால் திரும்பத் திரும்ப குத்திக் கொன்றுள்ளனர்'. இந்தக் கட்டுரை வெளிவந்த பின்தான் நிராயுதபாணியான மக்களின் மீது கண்மூடித்தனமான துப்பாக்கிச்சூடு நடந்துள்ளதும், பலர் இறந்துள்ளனர் என்பதும், மாயக்காள் என்ற பெண் துப்பாக்கி முனையால் குத்திக் கொல்லப்பட்டதும் வெளியுலகத்துக்குத் தெரியவந்தது. அதன்பின் மாநில நிர்வாகம் இந்தப் பிரச்னையில் தீவிரம் காட்டத்தொடங்கியது.

குறிப்பாக, மாயக்காள் என்ற பெண் துப்பாக்கிமுனையால் குத்திக்கொல்லப்பட்டது சம்பந்தமாக கீழ்மட்ட அதிகாரி களிடம் அரசு உடனடியாக விளக்கம் கேட்டது. ஏப்ரல் 18-ம் தேதி உசிலம்பட்டி சப்-மாஜிஸ்திரேட், மதுரை கலெக்டருக்கும் மதுரை கலெக்டர், உள்துறை செயலாள ருக்கும் பதில் அனுப்பினார்கள். அதில் 'ஏப்ரல் 3-ம் தேதி பெருங்காமநல்லூர் கலவரத்தில் மாயக்காளுக்கு குண்டடி பட்டது. 6-ம் தேதி இறந்துபோகும் வரை இந்தச் செய்தி தெரியவில்லை. 7-ம் தேதி பிரேதப் பரிசோதனை நடந்தது. ஒரு குண்டுக்காயம். வேறு காயம் இல்லை. துப்பாக்கி முனையால் குத்தப்படவில்லை.'

கீழ்மட்ட அதிகாரிகளிடம் இந்தப் பதிலைப் பெற்ற பின் விவாதத்தின் போக்குகள் முற்றிலும் வேறு திசைக்குச்

ஜார்ஜ் ஜோசப்

செல்லத் தொடங்கின. அதாவது, அரசின் மீது களங்கம் விளைவிக்கும் இந்தச் செய்தி வெளிவரக் காரண மான ஜார்ஜ் ஜோசப்பின் மீது ஏன் வழக்கு தொடுக்கக்கூடாது? இச்செய்தியை வெளியிட்ட ஹிந்து நாளிதழின் மீது ஏன் நடவடிக்கை எடுக்கக் கூடாது? இந்த இரண்டு கேள்விகளை மையப்படுத்தியே உள்துறைச் செயலாளர், காவல்துறை ஐ.ஜி, கவர்னரின் தனி உதவியாளர் என அரசின் உயர்மட்டத்தில் இருக்கும் அதிகாரிகள் தொடர்ந்து வாரக்கணக்கில் விவாதித்துக் கொண்டிருந்ததை ஆவணங்களின் வாயிலாக அறிய முடிகிறது.

இறுதியாக 15-5-1920-ம் தேதி இந்திய அரசின் உள்துறைச் செயலாளருக்கு அனுப்பப்பட்ட கடிதத்தில் கீழ்க்காணும் முடிவுகள் தெரிவிக்கப்பட்டன. ‘உண்மையில் கள்ளர்களின் பிரச்னைக்குக் காரணம் அவர்களின் பின்னால் இருக்கும் ஜார்ஜ் ஜோசப்தான். ஆனால், அவரின் மீது வழக்குத் தொடர போதுமான ஆதாரங்களைத் திரட்ட வாய்ப்பு இல்லை என்பது வெளிப்படை.

இரண்டாவதாக ஹிந்துவின் மீதான நடவடிக்கைக் குறித்து, இத்தனை நாட்கள் ஆகிவிட்டதால் விளம்பர வாரியத்தின் மூலம் ஒரு மறுப்பு தரலாம், ஆனால் அது சம்பந்தமாக கவுன்சிலில் தனியாகப் பேச வேண்டும்.’

இவை தவிர, இந்த மூன்று மாத காலத்தில் நடந்த விவாதங்களின் அடிப்படையில் வேறுசில முடிவுகளுக்கும் அரசாங்கம் போயுள்ளதை அறிய முடிகிறது. அதாவது, மாவட்ட கலெக்டருக்குத் தெரிவிக்காமல் ரிசர்வ் போலீஸ் படையைக்கொண்டு சென்றது, சம்மன் அனுப்பாமலேயே அவர்கள் பதிவு செய்துகொள்ள வர மறுத்துவிட்டனர் எனக் கூறி துப்பாக்கிச்சூடு நடத்தியது உள்ளிட்ட நிர்வாக அத்துமீறல்களைப் பற்றி தொடக்கக் கட்டத்தில் வெளிப்படை யாகப் பேசிய பலரும் ஏப்ரல் 14-ம் தேதி ஹிந்துவில் கட்டுரை வெளியான பின், அவை குறித்துப் பேசவில்லை.

அதிகாரிகளின் உரையாடல் தலைகீழாக மாறியதை ஆவணங்களில் காணமுடிகிறது. 'நெல்லூர் கலவர வழக்கின் போது, கலவரங்களை ஒடுக்கும் முயற்சியில் அரசு கீழ்மட்ட அதிகாரிகளை ஆதரிக்க வேண்டும்' என்று உத்தரவிடப் பட்டுள்ளது. இங்கும் அதுபோன்ற நிலைதான். எனவே 'கீழ்மட்ட அதிகாரிகளை ஆதரிப்பதே சரி' என்ற முடிவுக்கு வந்து அனைத்து வகையான விதிமீறல்களையும் மூடி மறைக்கின்றனர்.

இதன் தொடர்ச்சியாக இன்னொரு முக்கியமான முடிவுக்கும் போனார்கள். இந்தக் கலவரத்தை ஒடுக்கும் பணியில் ஈடுபட்ட அனைவரையும் பாராட்டி, சன்மானம் வழங்குவது என்று முடிவெடுத்தனர். இந்த முடிவுக்கு தலைமையகம் ஒப்புதல் கொடுத்த அதே நேரத்தில் இந்தப் பிரச்னை சம்பந்தமான குற்ற வழக்கு 63 பேர் மீது நடந்து கொண்டிருப்பதால், அதன் தீர்ப்பு வந்ததும் இந்தச் சன்மானத்தை வழங்கலாம் என்றும், அந்த வழக்கைத் தாமதமின்றி விரைவாக முடிக்கவும் உத்தரவிடப்பட்டது.

துப்பாக்கிச் சூட்டின்போது கைதுசெய்யப்பட்ட 63 பேருக்கு மான வழக்கை, வழக்கறிஞர்கள் பி.டி.ராஜன், வீ.மாணிக்கம் பிள்ளை, துரைராஜ், எஸ்.சுப்பிரமணிய முதலியார் ஆகிய நால்வர் மூலம் ஒருங்கிணைத்து நடத்தினார் ஜார்ஜ் ஜோசப். அவர்கள் முன்வைத்த வாதங்களின் எழுத்துப்பூர்வ ஆவணங்களைக் காண முடியவில்லை. ஆனால், வழக்கின் தீர்ப்பில் மேற்கோள் காட்டப்பட்ட விஷயத்திலிருந்து சிலவற்றை நம்மால் அறிய முடிகிறது.

1920 டிசம்பர் 17-ம் தேதி வெள்ளிக்கிழமை மதுரை அமர்வு நீதிமன்றத்தால் வழங்கப்பட்ட தீர்ப்பின் 17-ம் பகுதியில் 'சம்பவம் நடந்துகொண்டிருந்தபொழுது மூன்று அல்லது நான்கு பெண்கள் கஞ்சியும் தண்ணியும் விநியோகித்தவர்கள். இவர்களைத் தவிர மற்றவர்கள் விலகிப் போயிருக்கிறார்கள்' என்று குறிப்பிடுகிறது.

அப்படியென்றால் போலீஸ் துப்பாக்கிச் சூட்டின்போது காயமடைந்தவர்களுக்கு மூன்று அல்லது நான்கு பெண்கள் கஞ்சியும் தண்ணீரும் துணிந்து வழங்கியிருக்கிறார்கள். போலீஸின் அடக்குமுறைக்கு அஞ்சாமல் நடந்த முதலுதவி யாக இது அமைந்திருக்கும். அது கண்டு போலீஸ் படை

ஆத்திரம் கொண்டிருக்கும். அதனால், அந்தப் பெண்களின் மீது வெறுப்பையும் வன்முறையையும் கட்டவிழ்த்து விட்டிருக்கும். அதனால்தான் துப்பாக்கிக்குண்டு கையிலோ காலிலோ பட்ட நிலையில் போலீஸிடம் பிடிபட்ட மாயக்காள் மீண்டும் மீண்டும் துப்பாக்கி முனையால் தாக்கப்பட்டிருக்கிறார்.

மாயக்காள் தவிர வேறு சில பெண்களும் தாக்குதலுக்கு உள்ளாகி, அதேநேரத்தில் போலீஸின் கைகளுக்கு சிக்காமல் தப்பிச் சென்றதற்கான வாய்ப்புகளும் இருந்திருக்கும்.

தீர்ப்பின் 23-வது பத்தியில் ‘எந்த ஒரு நபரும் துப்பாக்கி முனையால் தாக்கப்பட்டதாகக் கூறப்படும் கருத்துக்கு ஆதரவாக எந்த ஓர் ஆவணச்சான்றும் சமர்ப்பிக்கப்படவில்லை. குற்றம்சாட்டப்பட்டவரான 19-வது நபர் மூலிசின்னத்தேவன் என்ற ஒரு நபரின் பெயரைக் குறிப்பிட்டுச்சொல்லி, அவர் ‘பயனெட்’டால் தாக்கப் பட்டவர் என்று குறிப்பிட்டுக் கூறியிருக்கிறார். எந்தவொரு சான்றும் யாதொரு ‘பயனெட்’ காயத்தையும் சுட்டிக்காட்ட வில்லை’ என்று கூறி துப்பாக்கியால் குத்தப்பட்ட நிகழ்வை மறுக்கிறார் நீதிபதி.

துப்பாக்கியால் குத்தப்பட்டதற்கான எந்த ஆவணத்தை பாதிக்கப்பட்டவர்களால் சமர்ப்பித்திருக்க முடியும்? துப்பாக்கியால் குத்துப்பட்ட மூலிசின்னத்தேவர் என்பவரை கடைசி வரை நீதிமன்றத்துக்குக் கொண்டுவர முடியவில்லை. துப்பாக்கிச்சூட்டில் இறந்தவர்களின் பிரேதப் பரிசோதனை அறிக்கைகள் இரண்டில் பெயர் குறிப்பிடப்படாத ஆணின் பிரேதப் பரிசோதனை அறிக்கை என்றுதான் குறிப்பிடப்பட்டுள்ளது. இறந்தவர் களை அடையாளம்காட்டவோ, உடலைப் பெற்றுக்கொள்ளவோ கூட வரமுடியாத அளவுக்கு மக்கள் அச்சுறுத்தப்பட்ட நிலையில் துப்பாக்கியால் இரண்டு நபர்கள் குத்தப்பட்டது சம்பந்தமான உண்மைகள் மூடிமறைக்கப்பட்டதற்கான வாய்ப்புகளே அதிகம்.

ஏப்ரல் 3-ம் தேதி பெருங்காமநல்லூரில் திரண்ட கூட்டம் கல் வீசித் தாக்கியது என்பதற்கான ஆதாரம், போலீஸ் சார்ஜென்ட்டின் வலது மார்பில் கல் விழுந்ததாக அவர் சொன்ன சாட்சியம்தான். அதுவும் மருத்துவக் குறிப்போ,

அறிக்கையோ அல்ல. அந்த அடிப்படையில் தாக்குதலில் ஈடுபட்ட காரணத்துக்காகவும் அரசு ஊழியரைக் கடமை ஆற்றவிடாமல் தடுத்ததற்காகவும் 32 பேருக்கு தண்டனை வழங்கித் தீர்ப்பளித்தார் நீதிபதி.

இந்தத் தீர்ப்பினைத் தொடர்ந்து, 'வீரத்தோடு செயல்பட்டு, கலவரத்தை அடக்கிய காரணத்துக்காக ஆயுதப்படை சார்ஜென்ட்டுக்கு பரிசுத்தொகையாக 100 ரூபாயும், அதில் ஈடுபட்ட மற்ற போலீஸாருக்கு பரிசுத் தொகையாக ஒருமாத சம்பளமுமாக மொத்தம் ரூபாய் 668 வழங்கப்பட்டது.'

அத்துமீறல் ஒன்று நடத்தப்பட்டு அதன்பின் விசாரணை என்ற பெயரில் அந்த அத்துமீறலில் ஈடுபட்ட அனைவரும் முறையாக எப்படிக் காப்பாற்றப்படுவார்கள் என்பதற்கும், பாதிக்கப்பட்டவர்களுக்கு மீண்டும் மீண்டும் அரசு தண்டனை வழங்கும் வழிமுறைகள் எப்படி அமையும் என்பதற்குமான சரியான உதாரண மாக இந்தப் பிரச்னை தொடர்பான அரசாணைகளும் கடிதப் போக்குவரத்துகளும் நீதிமன்றத் தீர்ப்புகளும் அமைந்துள்ளதைப் பார்க்க முடிகிறது.

ரிசர்வ் போலீஸ் படையை அழைத்துச்செல்ல, முறைப்படி தகவல் தரவேண்டிய மாவட்ட கலெக்டருக்குத் தகவல் தராமல் அழைத்துச் சென்றதும், ரிசர்வ் போலீஸ் படைக்கு எஸ்.பி அல்லது அதற்கு இணையான அதிகாரிதான் தலைமையேற்க வேண்டும் என்பது மீறப்பட்டு, ஒரு சார்ஜென்ட் தலைமை ஏற்றுச் சென்றதும், சம்மன் வழங்குவது உள்ளிட்ட எந்த நடைமுறையும் பின்பற்றப்படாமல் கைதுசெய்ய முற்பட்டதும், நிராயுதபாணிகளான மக்களின் மீது துப்பாக்கிச் சூடு நடத்தியதும், குண்டடிபட்ட பெண்ணை துப்பாக்கிமுனையால் சாகும் வரை குத்திக் கொன்றதுமான கொடுமைகள் அனைத்தும் மூடிமறைக்கப்பட்டன. இதன் இன்னொரு பகுதியாக அதிகாரிகளுக்கு வழங்கப்பட்ட சன்மானத் தொகையுடன், வழக்கை மிகச் சிறப்பாக நடத்தி, விதிமீறல்களை மறைத்து, மக்களுக்கு தண்டனை பெற்றுத் தந்த கூடுதல் வழக்கறிஞர்களுக்கான சிறப்புத்தொகை ரூபாய் 300 வழங்க எடுக்கப்பட்ட முடிவுகளோடும், பெருங்காமநல்லூர் துப்பாக்கிச்சூடு சம்பந்தப்பட்ட அரசுக் கோப்புகள் முடிவு பெறுகின்றன.

ஆனால், வரலாறோ கோப்புகளோடு முடிவுபெறுவது இல்லை. அங்கிருந்துதான் வெளிவரத் தொடங்குகிறது. இரண்டு வரிகொண்ட ஒரு தந்தியும் 2,000 வார்த்தைகள் கொண்ட ஒரு கட்டுரையும் தாம் இந்தக் கொடுமையை வெளிக்கொண்டு வந்திருக்கின்றன. வெளிவந்த பின்பும் இந்தக் கொடுமையை எதிர்த்து அரசியல் அரங்கிலும் பொது அரங்கிலும் யாரும் அறிக்கைவிடவோ பேசவோ அன்று தயாராக இல்லை. இதுதான் அன்றைய யதார்த்த நிலை. இந்த நிலையில் அந்தத் தந்தியும் கட்டுரையும் இல்லையென்றால், இவை எவையும் பொதுவெளியின் கவனத்துக்கு வராமலே புதைக்கப்பட்டிருக்கும்.

அனுப்பப்பட்ட தந்திக்கும் எழுதப்பட்ட கட்டுரைக்கும் பின்னால் இருக்கும் ஒற்றை மனிதன் ஜார்ஜ் ஜோசப். குற்றப் பழங்குடியினர் சட்டம் என்ற கொடுஞ்சட்டத்துக்கு எதிராகத் தீரத்துடன் போராடிய மாமனிதன். அந்த மனிதனை சோசப்பு என்றும் ரோசாப்பூ என்றுமே இப்பகுதி மக்கள் அன்போடு அழைத்தனர்.

இந்தப் பிரச்னைக்குப் பின்னால் இருப்பவர் ஜார்ஜ் ஜோசப் என்றும் கலவரம் நடப்பதற்கு சில நாட்களுக்கு முன்னர் பெருங்காமநல்லூருக்கு ஜார்ஜ் ஜோசப் போனதுதான் அங்கு பிரச்னை உருவாகக் காரணம் என்றும் போலீஸ் நீதிமன்றத்திலும் ஆவணங்களிலும் திரும்பத் திரும்பப் பதிவு செய்கிறது.

கொடுமையான சட்டத்துக்கு எதிராகத் தீரத்துடன் போராடிய ஒரு மனிதனின் துணிவையே இந்தக் குறிப்புகள் நினைவுகூர்கின்றன, அதனால்தான் 89 ரவுண்டுகள் துப்பாக்கிச்சூடு நடந்துகொண்டிருந்தபொழுது துணிந்து சென்று அடிபட்டவர்களுக்குக் கஞ்சியும் தண்ணீரும் வழங்கிய மாயக்காளின் வரலாற்றுக்கு அவரால் நியாயம் செய்ய முடிந்தது.

தியாகிகளின் நினைவாக ரோசாப்பூ மாலை வைப்பது இன்று சடங்காக நடந்துகொண்டிருக்கும் ஒன்று. ஆனால் மாயக்காளின் நினைவின் காலடியில் ஒரு ரோசாப்பூ வைப்பது சடங்கு அல்ல... சரித்திரம்.

10

குழூஉக்குறி

ஒரு பனை நீளத்துக்கு நீண்டதொரு தண்ணீர்த் தொட்டியை, முதன்முதலில் மாட்டுச் சந்தையில் தான் பார்த்தேன். சின்னஞ்சிறு வயதில் ஏற்பட்ட அந்த பிரமிப்பு இன்று வரை நீங்கவில்லை. எண்ணற்ற மாடுகள் ஒரே நேரத்தில் குடிப்பதற்கு ஏதுவான தண்ணீர்த் தொட்டி அது. சந்தை நடைபெறும் நாளில் அதில், நீர் இறைத்து ஊற்றிக்கொண்டே இருப்பார்கள். மாடுகளின் மீதான கரிசனம் அப்படி...

மாட்டுச் சந்தை நடைபெறாத நாள் ஒன்றில், அந்தத் தொட்டியில் குளித்தால் என்ன என்று தோன்றியது. நண்பர்களை இணைத்துக்கொண்டு மாட்டுச் சந்தையை நோக்கிப் பயணம் போனோம். சந்தையைக் குத்தகைக்கு

எடுத்தவர் எங்களை அனுமதிக்கவில்லை. எப்படியாவது அந்தத் தொட்டியில் குளித்தே ஆகவேண்டும் என்று முடிவு செய்தோம். மாட்டுச் சந்தைக்குள் எல்லோரும் சாணி எடுக்க முடியாது. அதற்குத் தனிக் குத்தகை உண்டு. அவர்கள் மட்டுமே சாணி எடுக்கமுடியும். அந்தக் குடும்பத்துப் பையன் சில நாட்களிலேயே எங்கள் நண்பன் ஆனான். அவனுடைய அம்மா சொன்னவுடன் அந்தக் குத்தகைக்காரர் எங்களை குளிக்க அனுமதித்துவிட்டார். அதற்கான காரணம் அப்போது எங்களுக்குப் புரியவில்லை.

வியாழக்கிழமை சந்தை முடிந்ததும் வெள்ளி, சனிக்கிழமை களில் சந்தையைத் துப்புரவு செய்யும் பணி நடக்கும். தண்ணீர்த் தொட்டியையும் சுத்தம் செய்துவைப்பார்கள். விடுமுறை நாளான ஞாயிற்றுக்கிழமை நாங்கள் புறப்பட்டுப் போவோம். எங்களின் வருகைக்காகவே இவ்வளவு வேலையும் நடந்துள்ளதாக மனம் மகிழ்ச்சியடையும்.

காலையிலேயே போய் தண்ணீரை இறைத்து ஊற்றத் தொடங்குவோம். தொட்டி நிறைவதற்கு மதியம் வரை ஆகும். அதற்குப் பின் நீச்சல் விளையாட்டு ஆரம்பமாகும். நீருக்குள் மூழ்கிப் பார்க்கும்போது, பாறையில் உளியால் கொத்தப்பட்ட வரிவரியான கோடுகள் நெளிந்து நெளிந்து ஆடும். தென்னைமரத்தில் ஏறிச்செல்லும் அணிலைப்போல, நாங்கள் தொட்டியின் வரிகளைக் கடந்து நகர்வோம்.

ஆளரவமே இல்லாத அத்துவானக் காட்டுக்குள் இருந்த மாட்டுச் சந்தைக்கு, வியாழக்கிழமை பிறந்துவிட்டால் எங்கிருந்தோ பலநூறு பேர் வந்து குவிந்துவிடுவார்கள். அதுவும் விதவிதமான மாடுகளுடன். எத்தனை வகையான நிறங்கள். அப்பொழுது ஈன்ற கன்று முதல் இனி அடிமாட்டுக்குத் தான் ஆகும் என்று முடிவுசெய்யப்பட்ட காளை வரை எல்லா வற்றையும் பார்க்கலாம்.

தன்னோடும் தன் குடும்பத்தோடும் ஒன்றாக இருந்த ஓர் உயிரினத்தை விற்க வரும் விவசாயினது தவிப்பும் வாழ்வில் நெருக்கடியில் இருந்து அதை விற்றே ஆகவேண்டிய சூழலும் அவனது முகத்தில் நிழலாடும். விவசாயப் பண்பாடும் வணிகப் பண்பாடும் ஒன்றை ஒன்று ஊடறுக்கும் இடம்தான் மாட்டுச் சந்தை.

மாட்டை விற்பது என்று முடிவெடுத்துவிட்டால், அதனை சந்தைக்குத் தயார்செய்ய வேண்டும். அங்குதான் விவசாயப் பண்பாட்டின் எல்லை முடிந்து, வணிகப் பண்பாட்டின் நிலப்பரப்பு தொடங்குகிறது. ஒரு வார காலமாவது மாட்டுக்கு நல்ல தீனி போடுவார்கள். பால் மாடு என்றால், முதல் நாள் இரவுக்குப் பின் பாலே பீய்ச்சாமல் நிறைமடுவோடு சந்தைக்குக் கொண்டுசெல்ல வேண்டும். அதேபோல மாட்டுக்கு நன்றாகத் தண்ணீர்காட்ட வேண்டும். வயிறு நிறைய தண்ணீர் குடித்தால்தான் மாடு தெளுச்சியாக, ஆரோக்கியமாக இருக்கிறது என்று நம்பமுடியும். வீட்டில் இருக்கும்போது பகலில் இருமுறை தண்ணீர்காட்டினால், சந்தையில் குறைந்தது ஐந்து முறையாவது தண்ணீர்காட்டுவார்கள்.

மாட்டுச் சந்தையில் இவ்வளவு பெரிய தண்ணீர்த் தொட்டி கிணற்றுக்குப் பக்கத்திலேயே இருப்பதற்கும் அன்றைய நாள் முழுவதும் நீர் இறைத்து அதில் ஊற்றிக்கொண்டே இருப்ப தற்கும் காரணம் கரிசனம் அல்ல, அங்கு நடை பெறும் ஏமாற்று வேலையின் பகுதியே என்பது பிறகான நாட்களில் புரிந்தது.

மாடுகளை விற்பவர்கள் வாங்குபவர்கள் மட்டுமல்ல, மாட்டோடு சம்பந்தப்பட்ட அனைத்துத் தொழில்காரர்களும் மாட்டுச் சந்தைக்கு வந்துசேருவார்கள். மாடுகளுக்குச் சூடு போடுபவர்கள் மாட்டுச் சந்தையில் தனித்திருக்கும் மரத்தடியில் அமர்ந்திருப்பார்கள். வந்தவர்களே மீண்டும் மீண்டும் வரமாட்டார்கள். ஒவ்வொரு வாரமும் ஒவ்வொருத்தர் வந்து உட்காருவார். யார் வந்து உட்கார்ந்தாலும் "மாட்டு வாகடம் இவருக்கு அத்துப்படி" என்று நாலுபேர் பேசிக் கொண்டேதான் இருப்பார்கள். ஆனாலும், குறிப்பிட்ட ஆள் வந்தால் மட்டுமே தனது மாட்டைப் பிடித்துவந்து சூடு போடுவேன் என்று சொல்லி, காத்திருந்து மாட்டைக் கொண்டு வருகிறவர்களும் உண்டு.

மாட்டுக்குச் சூடு போடுதல் என்பது அடையாளத்துக்காகச் செய்வது அல்ல; அது நோய்க்கான ஒரு மருந்து. ஆதிகாலம் தொட்டு இருந்துவரும் பழக்கம். உதாரணமாக, கொல்லிநோய் வந்தால், மாட்டின் கன்னம் வீங்கி, மயிர் சிலிர்க்கும். நடக்காது. அந்நோய் சரியாக வேண்டுமென்றால், வீங்கின இடத்தில் சிலுவைக்குறி போன்று இரண்டு குறுக்குக் கோடுகளைக் கொண்ட புள்ளடிச்சூடு போட வேண்டும்.

அதேபோல வரிநோய் தாக்கினால், நான்கு கால்களும் வீங்கி, நிற்க முடியாமல் தத்தளிக்கும். அப்படி இருந்தால், அரைவட்டத்தில் ஒன்றுக்கு அருகில் ஒன்றாக இரண்டு கோடுகள் போட வேண்டும்.

பெருஞ்சிலந்தி நோய் தாக்கினால், மாட்டின் கால்கள் வீங்கி, மயிர் சிலிர்க்கும். அவற்றைச் சரிசெய்ய ஆறு என்ற எண்ணை மேலேயும் சுழித்துப் போடவேண்டும். ஆனைச்சிலந்தி நோய் தாக்கினால், முன்னங்கால் வீங்கும். அதற்கு பட்டைபோல மூன்று கோடுகளைப் போட்டு இரு பக்கமும் புள்ளிவைக்க வேண்டும். இதுபோல மாட்டின் நோய்க்கு ஏற்ப சூடுகளைப் போட்டு அனுப்புவார்கள்.

லாடம் அடிப்பவர்களும் விதவிதமாகத்தான் இருப்பார்கள். மிகப் பக்குவமாகவும் லாகவமாகவும் லாடம் அடிப்பதில் சிறந்தவர்களைத் தேடி தங்களின் மாட்டைக் கொண்டுவந்து நிறுத்துவார்கள். மாட்டின் குளம்புக்கு ஏற்ப லாடத்தைத் தேர்வுசெய்து அடித்து, அதன் முனையைப் பக்குவமாக மேல்நோக்கி அமுக்கிவிடுவார்கள்.

எங்களது வீட்டில் இருந்த வண்டி மாடுகளுக்கு லாடம் அடிக்க, இருமுறை சந்தைக்குக் கூட்டிப்போயும்கூட அடிக்காமல் திரும்பினார் என் தாத்தா. ஏனென்று கேட்டால், "கோவிந்தன் வரலடா, அவெந்தான் மாடறிஞ்சு அடிக்கிறவெ" என்று சொல்லுவார். "கோவிந்தன் அவ்வளவு பெரிய ஆளா?" என்று கேட்டால், "அவெ யானைக்கே லாடம் அடிச்சவன்டா" என்று சொல்லுவார். நீண்டகாலம் அது உண்மை என்றே நான் நம்பியிருந்தேன்.

'நெல்லூர் மாடு கறவைக்குச் சிறந்தது; மெதுவான வேலைக்குத் தகுந்தது. புங்கனூர் குட்டை மாடு பாலுக்குப் பெயர்பெற்றது. ஓம்பளச்சேரி காங்கேய மாடுகள் உழவுக்கும் வண்டிக்கும் பயன்படுபவை. ஆலம்பாடி மாடு வேலைக்கு நன்கு ஈடுகொடுக்கும்' என்று மாட்டுச் சந்தையில் கேட்கும் குரல்கள் பலநேரம் வீட்டிலும் கேட்டுக்கொண்டேதான் இருக்கும்.

விவசாயக் குடும்பங்களில் தலைமுறை அறிவு, எப்போதும் பேச்சுக்குள் மிதந்துகொண்டே இருக்கும். மண், தாவரங்கள், மாடுகள், பருவ காலங்கள், விண்மீன்கள் எனக் களைபிடுங்கிக்கொண்டும் நீர்பாய்ச்சிக்கொண்டும் அவர்கள் சொல்லிய செய்திகள்தாம் எவ்வளவு முக்கிய மானவை. காலத்தின் மிக நீண்ட பயணத்தில் வந்துசேர்ந்த அவற்றின் இறுதிக் கால சாட்சிகள்தாம் நாமா?

'காவல் கோட்டம்' நாவலுக்கான கள ஆய்வில் இருந்தபோது மாடு திருடி அனுபவம் பெற்ற பலரைச் சந்தித்தேன். மாடுகளைப் பற்றிய விவசாயிகளின் அறிவுக்கும் வணிகர்களின் அறிவுக்கும் முற்றிலும் மாறுபட்ட ஓர் அறிவுச்சேகரம் அவர்களிடம் இருந்தது.

காரிய சாத்தியமான நுணுக்கங்களை அவர்கள் கைவரப்பெற்றிருந்தனர். மாட்டுச் சந்தையில் மாட்டின் சுழிக்கும் மச்சத்துக்கும் நிறத்துக்கும், கொம்பின் சாய்மானத்துக்கும் இருக்கும் முக்கியத்துவத்தை வியப்போடு பார்த்திருக்கிறேன். ஆனால், அதுவெல்லாம் தண்ணீர்த் தொட்டியில் நீர் நிரப்பும் ஏமாற்று வேலையின் பகுதிதான் என்பதை நிரூபிக்கும் கள அனுபவத்தோடு மாடு திருடுபவர்கள் இருந்தார்கள்.

வணிகத்தில் இருக்கும் திருட்டின் அளவு எவ்வளவு என்பதை அவர்கள் சரியாகக் கணித்திருந்தார்கள். அதனை மட்டும் கழித்துவிட்டு சுத்தமான பொருளை இவர்கள் திருடுகின்றனர். இது ஆச்சர்யமூட்டும் ஒரு விளையாட்டுத்தான். அதனால்தான் மாடு திருடுபவர்களிடம் சுழி, மச்சம், நிறம் பார்த்து மயங்குகிற வேலையெல்லாம் இல்லை. மாட்டின் திறனை மட்டுமே அவர்கள் கணக்கில் கொள்கிறார்கள்.

பிற திருட்டுகளைவிட மாடு திருட்டுக்குச் சாமர்த்தியம் சற்று அதிகம் தேவை. ஏனென்றால், பிற பொருட்களைத் திருடும்போது திருடுபவனின் கவனக் குறைவால்தான் சத்தம் ஏற்படும். ஆனால், மாடு திருட்டில் திருடுபவனாலும் திருடப்படும் பொருளாலும் சத்தம் ஏற்பட வாய்ப்பு உண்டு. மாடுகள் திருடப்படும்போது அவை சத்தம் போடாமல் இருப்பதற்காக பச்சிலைக்கொடியைக் கையோடு கொண்டு போவார்கள். அது இலையைத் தின்பதில்தான் ஆர்வமாக இருக்கும்.

தாங்கள் திருடும் மாட்டை வெகு விரைவாக ஓட்டிக்கொண்டு செல்லவேண்டும். கையில் பெரிய சாட்டைக்கம்பை வைத்து அடித்துக்கொண்டே ஓட்டினால், வழியில் பார்ப்பவர்களுக்குச் சந்தேகம் வரும். எனவே, சாட்டைக்கம்பால் அடிக்காமல் மாட்டை விரைந்து ஓட்டிச் செல்லும் வழியை அவர்கள் கண்டறிந்தனர். திருடப் போகும்போதே உடைமர முள்ளை எடுத்துக் கொண்டு போவார்கள். மாட்டைத் திருடி வெளியில் கொண்டுவந்தவுடன் உடைமர முள்ளை அதன் வாலின் அடித்தண்டின் மேல் குத்திவிடுவார்கள். அது படுவேகமாக நடக்கும். வழியில் பார்ப்பவர்களுக்கு எந்தச் சந்தேகமும் வராது. எப்பொழுது அதன் வேகம் குறைகிறதோ அப்பொழுது அந்த முள்ளை சிறியதாகத் தட்டிவிடுவார்கள். மீண்டும் அது படுவேகமாக நடக்கும். இப்படித்தான் சாதாரண வீட்டு மாட்டை, பாய்ச்சல் வேகத்தில் ஓட்டி ஓர் இரவுக்குள் நெடுந்தொலைவைக் கடப்பார்கள்.

இப்படியாக, உழவு மாட்டுக்கு விதவிதமாகச் சூடுபோடு வதும், வண்டி மாட்டுக்கு விதவிதமாக லாடம் அடிப்பதும், திருடும் மாட்டுக்கு உடைமர முள் குத்துவதுமாக மனிதனின்

ஜீவகாருண்யம் தளும்பி வழிகிறது. இந்த மூன்று வதைகளையும் அனுபவிக்காத விதிவிலக்கான உயிர் ஜல்லிக்கட்டு மாடுதான். ஆனால், அதுதான் அதிக வதைக்கு ஆளாகிறது என்று சட்டம் சொல்கிறது. என்ன செய்ய? தண்ணீர்த் தொட்டியில் நீர் நிரப்பும் வேலைதான் எல்லா இடங்களிலும் நடக்கிறது.

இது இவ்வாறு இருக்க, மாட்டுச் சந்தையில் அன்றிலிருந்து இன்று வரை புரியாத புதிர் ஒன்று இருக்கிறது. அதுதான் தரகர்கள் பேசிக்கொள்ளும் மொழி. கைகளின் மீது துண்டைப்போட்டு மறைத்து விரல்களின் வழியே அவர்கள் பேசிக்கொள்வார்கள். இன்னும் சிலர் வாய்மொழியில்தான் பேசுவார்கள். ஆனால், அது என்ன மொழி, என்ன அர்த்தம் என்றுதான் பிடிபடாது.

இந்த மொழியை யார் கற்றுக்கொடுக்கிறார்கள்? எங்கே கற்பிக்கப்படுகிறது? காங்கேயம் சந்தை முதல் கல்லுப்பட்டி சந்தை வரை ஒன்றுபோல் யாருக்கும் புரியாத ஒரு மொழியை ஒரு சிறு கூட்டம் மட்டும் பேசுகிறதே எப்படி?

தொழில் நிமித்தம், மனிதன் தனக்கான சிறு குழு மட்டும் அறிந்துகொள்ளும் பல குறியீடுகளை உருவாக்கி வளர்க்கிறான். அவை, அந்தத் தொழிலில் ஈடுபடுபவர்களின் குடும்பத்தின் வழியாக தலைமுறை தலைமுறையாகத் தொடர்ந்து கொண்டிருக்கின்றன. அதனாலேயே அந்தக் குடும்பத்தைத் தாண்டி வெளியில் இருந்து புதிதாக யாரும் அந்தத் தொழிலுக்குள் நுழைய முடியாத நிலை உருவாகிறது. ஒருவகையில் அது ஒரு கவசமும்கூட.

அதனாலேயே இந்தக் குறியீட்டு மொழிகளை மற்றவர்களால் புரிந்துகொள்ள முடியவில்லை. அந்தக் குடும்பத்தினரில் உருவாகும் புதிய தலைமுறை வேறு வேலைக்குப் போய்விட்டால், அந்தக் குறியீடு சார்ந்த அறிவும் மறைந்து போய்விடுகிறது.

காலம் எல்லாவற்றையும் மாற்றிவிட்டுப் போய்க்கொண்டே இருக்கிறது. எனது வீடு, மாட்டை இழந்து இருபது ஆண்டு களுக்கு மேல் ஆகிறது. நான் விளையாடித் திரிந்த மாட்டுச் சந்தை அதற்கு முன்னரே மறைந்துவிட்டது. லாடம் அடிப்பவரை கடைசியாகப் பார்த்தது எப்போது என்பது என் நினைவிலேயே இல்லை. ஆனால், மாட்டுத் தரகர்கள் பேசிய குறியீட்டு மொழி பற்றிய நினைவு மட்டும் மறையவே

பலவித வர்த்தகர்களின் பரிபாஷை அல்லது

குழூஉக்குறி

ரூபாய் விவரம்.	ஜவுளிக் கடை	பூட்டுக் கடை	மதுரை ஸௌராஷ்ரா.	மதுரை சௌராஷ்ரா.	ஜவுளி புடவைக் கடை.	ஜவுளி கடைப் பொது.	ஆட்டு மண்டி.
1	மதி	கேவு	பாங்க்	பீ	நபி	சா	பண்டி
2	வினை	ராயம்	அடைகா	லா	டிமி	தோ	எசப்பு
3	குணம்	உத்தரம்	பவுனுகா	லே	சொனம்	திரிவான் டே	சூலம்
4	சுருதி	பனம்	அக்	யா	குழிப்பி	பாத்தான் டே	நடவா
5	சரம்	மூலம்	சாவாங்	வீ	இழம்	குளசி	செய்
6	மதம்	தீபனம்	பவுரோடு அக்	மா	நபம்	இருதி	சுரூபு
7	திரி	மராம்	பபுளேடு	வா	பெழும்	பிச்ச	சத்
8	கிரி	தாமம்	கு அக்	கா	கிரி	வல்லவாண் டே	அட்டு
9	ம்மணி	நீமசம்		தை	மணி	தாழாண் டே	நவ்
10	தசம்	காலம்	அடை அக்	அ	சிணி	புலிமி	கடப்பா
$\frac{1}{8}$	ழ		அடகா காணி		அளு		
$\frac{1}{4}$	பிஞ்சி	தாபிதெ வுபு	சாவாங் காணி		திங்கு		
$\frac{1}{2}$	தங்கம்	நகலிதெ வுபு	அடகா பரன்		சாண்ணே		
$\frac{3}{4}$	பழம்		பவுனுகா பான்		தரம்		
ரூபா அணு	வெள்ளி ணு	தெபுது					
குறைய ப்பார்	பதியப் பார்	சிவு					சூசி செப்பு
அதிகம்-பார்	முடுகா-பார்						பெட்டி செப்பு
விலை வைத்துச்சொல்	சிவன் தாம் பிரம்						மன முஞ்சு சுகோ

இல்லை. ஏனென்றால், மாட்டுச் சந்தையில் நான் பார்த்த தண்ணீர்த் தொட்டி, குத்தகைக்காரன், புள்ளடிச்சூடு, நீர்ச்சுழி, எருதுச்சுழி என அனைத்தின் மறுபக்கமும் எனக்குப் புரிந்தது. ஆனால், கடைசி வரை எனக்குப் புரியாமல் இருந்தது தரகர்களின் குறியீட்டு மொழிமட்டும்தான்.

விரல்தடவி மொழி உணர்த்திய அந்தக் கலைஞர்களை அதன் பின்னர் பார்க்கவே முடியவில்லை. அவர்கள் பேசிய அந்த மாறுபட்ட மொழியையும் அதன் பின்னர் கேட்கவே

முடியவில்லை. இதுபோன்ற குறியீட்டு மொழிகள் பற்றிய பதிவுகளோ, ஆய்வுகளோ எங்கேனும் உண்டா என்று பல காலம் தேடியிருக்கிறேன். ஒன்றும் கிடைக்கவில்லை. மறையும் மனித அறிவுச்சேகரத்தைத் தொகுக்க நம்மிடம் எந்த ஏற்பாடும் இல்லை. பல்கலைக்கழங்கள் செய்திருக்க வேண்டிய இதுபோன்ற வேலைகள் பத்து விழுக்காடுகூட செய்யப்படாததுதான் நம் காலத்தின் பெரும் சோகம். எதிர்காலத்தில் இவற்றை எல்லாம் சேகரிக்க முடிவுசெய்து, பெரும் நிதி ஒதுக்கி வேலைகளைத் தொடங்கலாம். ஆனால், அப்போது மிஞ்சியிருக்கப் போவது எதுவும் இல்லை.

இந்தக் கவலையை சற்றே ஆசுவாசப்படுத்தியது தூசி. இராஜகோபால பூபதி என்பவர் 100 ஆண்டுகளுக்கு முன்னர் எழுதிய நூல். 'பலவித வர்த்தகர்களின் பரிபாஷை அல்லது குழூஉக்குறி'யை அவர் தொகுத்துக் கொடுத்திருக்கிறார். அதில் எண்களுக்கான குறியீட்டுச் சொல், முறையாக அட்டவணைப்படுத்தப்பட்டுள்ளது. விலைக்கு வாங்க வருபவர்களுக்குப் புரியாமல் தரகர்களும் கடைக்காரர்களும் பேசிக்கொள்ளும் குறியீட்டுச் சொற்களே இவை. இவற்றின் நோக்கம் என்னவோ, தண்ணீர்த் தொட்டியில் நீர் நிரப்பும் ஏமாற்று வேலைதான். ஆனால், இந்த வேலை, பாறையின் மீது நடக்காமல், மொழியின் மீது நடந்துள்ளதால் இதற்கு நிலைத்தன்மை ஏற்படுகிறது.

எண்களைச் சொற்களாக மாற்றி, அறியப்பட்ட எந்த மொழிக்கும் சம்பந்தம் இல்லாமல், மொழியறிவு இல்லாத மாடுகளையும் மனிதனையும் ஒரே இடத்தில் நிறுத்திப் பேசப்பட்ட சொற்கள் இவை. எண்களின் மீது சாக்குப் பையைப் போர்த்தி திருடிச் செல்வதைப் போன்றதுதான் இதுவும். அது வரை தொகையை எண்ணாக மட்டுமே அறிந்துவைத்திருப்பவனை முன்னால் நிறுத்தி, எண்களை அவன் அறியாத மொழியாக மாற்றித் திகைக்கச் செய்வது.

இந்தக் குறியீட்டுச் சொற்கள் எத்தனை ஆயிரம் மாடு களைக் கைமாற்றி அனுப்பியிருக்கின்றன... எத்தனை வியாபாரங்கள் எவ்வளவு காலம் நடந்திருக்கின்றன... கண்ணுக்கு முன்னால் நடக்கும் கண்கட்டி வித்தையை மொழியால் நடத்திக்காட்டிய மனித மதியின் அடையாளம் இவை.

தூசி.இராஜகோபால பூபதி உருவாக்கிய இந்த அட்டவணைக்குப் பின்னால் இருக்கும் உழைப்பை நம்மால் யூகிக்க முடிகிறது. இந்தப் பட்டியலில் உள்ள கடைக்காரர்கள் எல்லாம் அனைத்துப் பகுதியிலும் இதே மொழியைத்தான் பேசுவார்கள் என்றில்லை. ஒவ்வொரு பகுதிக்கும் இது மாறுபட்டிருக்கும். ஆனால், இப்படி ஒரு முயற்சி நம்மை ஆச்சர்யப்படுத்தவே செய்கிறது. இதைப்போன்று தொகுக்க வேண்டியவை எவ்வளவோ இருக்கின்றன.

ராணுவத்திலும் உளவுத் துறையிலும் ரகசிய மொழியும், குறியீட்டு எழுத்துகளும் உண்டு என்பதை நாம் அறிவோம். ஆனால், நம் சமூகத்தில் ஆண்டாண்டுக் காலமாக புழக்கத்தில் இருந்த எண்ணற்ற சங்கேத மொழிகளையும் குழூஉக்குறிகளையும் பரிபாஷைகளையும் பற்றி எந்த அக்கறையும் இல்லாமல் நமது கல்வி நிறுவனங்களும் பண்பாட்டு நிறுவனங்களும் செயல்பட்டு வருகின்றன. தனிமனித முயற்சிகளால் அங்கொன்றும் இங்கொன்றுமாக சில சேகரிப்புகள் நடந்துள்ளன. அவை மட்டுமே ஆறுதல் அளிக்கின்றன.

11

குற்றமும் தண்டனையும்

எது குற்றம்? அதற்கு என்ன தண்டனை? என்பதை எல்லாக் காலத்திலும் அதிகாரமே தீர்மானிக்கிறது. அதிகாரத்தின் அளவுகோல் காலத்துக்குக் காலம் மாறுபட்டது ஆனால், நோக்கம் எப்போதும் மாறுபடாதது.

அதிகாரத்தைப் போன்றதொரு குற்றச்செயல் வேறில்லை. ஆனால், குற்றம் அதிகாரத்தில் இருப்பதால் அது தன்னைக் காத்துக்கொண்டு தனக்கு எதிரானவற்றை குற்றம் என முத்திரை குத்துகிறது. குற்றமும் தண்டனையும் ஒட்டிப்பிறந்த இரட்டைச் சொற்கள்கூட அல்ல. உடைந்திருக்கிற ஒற்றைச் சொல்.

குற்றமும் தண்டனையும் எப்படி

யெல்லாம் உருமாறிவந்தது என்பதன் வரலாறு மிக நீண்டது. 'குற்றம் கடிதல்' என்று புதியதொரு சொல்லை, தமிழுக்குச் சொன்ன வள்ளுவனில் தொடங்கி, 'நடந்தது எதுவும் குற்றமில்லை' என்று தீர்ப்பு சொன்ன குமாரசாமியின் காலம் வரை. குற்றத்துக்கு அப்பாலாக குற்றவியல் சட்டம் இருப்பதால், சட்டத்துக்குள் இருப்பவன் குற்றமற்றவனாகவே இருக்கிறான். எனவே, ஒருவன் குற்றவாளியா, இல்லையா என்பது செய்கிற செயலைப் பொறுத்ததில்லை, இருக்கிற இடத்தைப் பொறுத்ததே.

குற்றம் என்பதற்கு இலக்கணம் வகுக்க முற்பட்ட நவீன கால அறிஞர்கள் "குற்றவியல் சட்டத்தை மீறும் செயல் குற்றமாகும்" என்று பொதுவாகக் கூறினர். இந்த இலக்கணப்படி பார்த்தால், ஒருபோதும் குமாரசாமிகளை குற்றத்தின் நிழல் தொடவே முடியாது. நிழல்தொடா நெடுமரங்களின் கதைகள் இப்படியே இருக்கட்டும். குற்றமும் தண்டனையும் காலமாற்றத்தின் வழியே எப்படியெல்லாம் மாறிவந்தது என்பதில் இருப்பதும் சுவாரஸ்யமான கதையே.

கௌடலீயம், சுக்கிரநீதி உள்ளிட்ட பழைமையான சட்ட நூல்கள் குற்றங்களையும் அதற்கான தண்டனைகளையும் வரையறுத்தன. "அரசர்களின் தண்டனையுடனான நீதியினாலேயே எல்லா காரியங்களும் நிறைவேறுகின்றன. அதனால், அறம் எல்லாவற்றிற்கும் தண்டனையே சிறந்த புகழிடமாக எண்ணப்படும்" என்று கூறுகிறது சுக்கிரநீதி.

இந்த இரட்டைச் சொற்களுக்குள் எவ்வளவோ உண்மைகள் உறைந்துகிடக்கின்றன. நீதியும் அறமும் தண்டனையினாலே நிலைநிறுத்தப்படுவதாகச் சொல்லுகிறது அதிகாரம்.

அதிகாரத்தின் நீதியும் அறமும் தண்டனையினால்தான் நிலைநிறுத்தப்படுகிறது. ஆனால், வெகுமக்களின் நீதியும் அறமும் அதிகாரத்துக்கு எதிரானது. அதிகாரத்துக்கு எதிரான போராட்டத்தின் வழியேதான் அது, தன்னை நிலைநிறுத்திக்கொள்ள எல்லா காலங்களிலும் முயல்கிறது.

அதிகாரம், நீதியை நிலைநாட்ட தண்டனையைத்தான் இறுகப்பற்றி நிற்கிறது. தண்டனை என்பது என்ன? இந்தச் சொல்லின் விளக்கம்தான் என்ன என ஆராய்ந்தால், அதற்கு கௌடலீயத்தின் உரை செம்மையான விளக்கத்தைத்

தருகிறது. தண்டம் என்றால் தடி. ஒரு தடி கொண்டு கை, கால் முதலிய உடல் உறுப்புகளுக்குச் சேதம் விளைவிப்பதைத் தண்டக்கொடுமை என்றும், தண்டனை என்றும் கூறுகிறது. அதனை வகைப்படுத்தவும் செய்கிறது. அதாவது, 'தண்டத்தைக்கொண்டு ஊறுபடுத்துதல், ஒங்குதல், அடித்தல்' என்று வரிசைப்படுத்துகிறது. இந்த ஒவ்வொரு செயலுக்கும் விரிவான விளக்கத்தையும் அளிக்கிறது. ஈராயிரம் ஆண்டுகளுக்கு முன் கௌடிலீயர் அளித்த விளக்கத்தை, பண்டிதமணி மு.கதிரேசச் செட்டியார் முப்பது ஆண்டுகளுக்கு முன் தமிழில் விளக்கியும், ஜார்ஜ், அமல்ராஜ் போன்ற காவல்துறை அதிகாரிகள் மூன்று மாதங்களுக்கு முன் (ஜனவரி 21-மெரினாவில்) தமிழகத்தில் விளாசியும் பொழிப்புரை எழுதியவண்ணம் உள்ளனர்.

சரி, தண்டனையின் பால் ஒருவனைத் துன்பப்படுத்துதல் பாவமல்லவா என்று யாராவது கேட்டுவிட்டால், பதிலின்றி நின்றுவிடக் கூடாது என்பதற்காக, சிறந்த பதில் ஒன்றையும் பழங்காலச் சட்ட ஆச்சாரியர்கள் எழுதி வைத்தார்கள். 'வேதத்தில் கூறியபடி வேள்வியில் பசுக்கொலை புரிதல் எப்படித் துன்பமாகாதோ, அதனைப்போலவே தீயவர் களைத் தண்டனையால் ஒடுக்குதலும் துன்பச் செயலாக (பாவச்செயலாக) ஆகாது'.

பாவமும் துன்பமும், கொலை மற்றும் உயிர் சம்பந்தப்பட்டவை அல்ல, அவை அதிகாரத்தின் விருப்பம் சம்பந்தப்பட்டவை. விருப்பமே விதியாகிறது. அதைவிடச் சிறந்த விருப்பம் விதிவிலக்காகிறது. எனவே, எல்லா காலத்திலும் விதிவிலக்குகளைக் காப்பதற்குத்தான் விதிகள் உருவாக்கப்படுகின்றன.

யாருக்கெல்லாம் அரசன் தண்டனைகளை வழங்கவேண்டும் என்பது பெரும் பட்டியல். அவற்றில் சில, 'சூதாடுவோன், கள்வன், பிறர்மனை நயப்போன், கடுஞ்சினமுடையவன், வருணாசிரமத் தருமங்களை இழந்தோன், நாத்திகன், பிறர்பாற் பொய்பழி சுமத்துவோன், பெரியோரையும் கடவுளையும் பழித்துரைப்போன், பொய்பேசுவோன், தூய்மையில்லாதவன், வழித்தடை செய்வோன், பொய் சான்று கூறுவோன், நடுநிலை பிறழ்ந்தோன், போரில் விருப்பமற்ற படைவீரன், வஞ்சகன், தன் சுற்றத்தாரை வெறுப்போன்,

அறத்திற்குக் கேடு விளைவிப்போன், அரசனுக்கு வரும் தீங்கை புறக்கணிப்போன், கற்பொழுக்கமில்லாத பெண்' என்று பட்டியல் நீள்கிறது. இவர்களுக்கு அரசன் தண்டனை அளிக்கவேண்டும் என்று சுக்ரநீதி கூறுகிறது.

குற்றச்செயலின் அடிப்படையில் தண்டனை பொதுவான தல்ல, 'அச்செயல் உயர்ந்தோர்பால் செய்யப்பட்டால், இரு மடங்கு; இழிந்தோர்பால் செய்யப்பட்டால் அரையளவு' என்ற அடிப்படை விதியே எல்லா தண்டனைகளையும் கட்டுப் படுத்தக்கூடியது.

இந்த அடிப்படையின் கீழ் எண்ணற்ற விதிகள் வகுக்கப் பட்டுள்ளன. சில முக்கிய உதாரணங்கள், புண்ணியத் தலங்களில் கவர்தல், முடிச்சழித்தல், மேற்கூரையைத் துளைத்து உள்ளிறங்குதல் என்னும் இவற்றை முதல் முறை செய்தால், 54 பணம் தண்டம்; இரண்டாம் முறை செய்தால் 100 பணம் தண்டம்; மூன்றாம் முறையாயின் 400 பணம் தண்டம்; நான்காம் முறையாயின் விரும்பிய வாறு கொலை. அதாவது, சித்திரவதை இல்லாதபடி அவன் விரும்பியவாறு கொலைசெய்ய வேண்டும் என்பது. தான், கொலைசெய்யப்படுவதை யாராவது விரும்புவார்களா என்று கேட்கக்கூடாது. கொலைசெய்பவன் விருப்பப்படி கொலை செய்யப்படுவான் என்பதே அதன் சாரம்.

அரசைக் கவர்ந்து கொள்ளவிரும்புவன், அந்தப்புரங் களுக்குள் கண்ணமிட்டு உள்ளிறங்குபவன், காட்டிலியங்கு வோருக்கும், பகைவருக்கும் ஊக்கமளிப்பவன், மக்களுக்கும், சேனைக்கும் கோபத்தை உண்டுபண்ணுபவன் ஆகியோரைத் தலையிலும், கையிலும் தீயிட்டுக் கொலைசெய்தல் வேண்டும்.

ஆடவர், மகளிரை வலிந்து கொலைசெய்பவன், மகளிரை இணங்கிவரச் செய்பவன், துன்புறுத்துபவன், தகர்ப்பவன், இல்லங்களில் களவு செய்பவன், அரசனுடைய யானை, குதிரை, தேர் ஆகியவற்றிற்குத் தீங்கு விளைவிப்பவன், அவற்றைக் கவர்பவன் ஆகியோரைக் கழுவில் ஏற்றிக் கொல்லவேண்டும் என்று குற்றத்தையும் அதற்கான தண்டனையையும் பற்றி விரிவாகக் கூறுகின்றன பழங்கால சட்ட நூல்கள்.

அதன்பின், இந்தப் பரந்த தேசத்தில் எத்தனையோ முறையில் குற்றங்களும் தண்டனைகளும் தீர்மானிக்கப்பட்டுள்ளன.

நவீன காலத்தில் இவற்றைப் பற்றிய முறையான பதிவுகளை, பிரிட்டிஷார் காலத்தில் நாம் பார்க்கமுடிகிறது. குறிப்பாக, இன்றைக்கு நடைமுறையில் இருக்கும் குற்றவியல் சட்டத்தின் அடிப்படை பிரிட்டிஷாரால் உருவாக்கப்பட்டதே.

தமிழகத்தைப் பொறுத்தவரை பிரிட்டிஷாரின் ஆளுகை 1801-ல் இருந்து முழுமையாகத் தொடங்குகிறது. நவீன குற்றவியல் நடைமுறைச் சட்டம் 1861-ல் இயற்றப்பட்டது. இடைப்பட்ட 60 ஆண்டு காலம் இங்கு ஏற்கெனவே முகலாய ஆட்சியில் இருந்த தண்டனைச் சட்டத்தையே பிரிட்டிஷார் பின்பற்றினர். அதில் அவ்வப்போது மாறுதல்களைச் செய்துவந்து, இறுதியாக 1861-ல் புதிய சட்டத்தை நிறைவேற்றினர்.

சென்னை மாகாணத்தில் காரன்வாலீஸ் முறை மூலமாக, 1802-ல் குற்றவியல் நீதித்துறை தொடங்கப்பட்டது. அதன்படி, ஜில்லா நீதிபதியே குற்றவியல் நடுவராகச் செயல்பட்டார். அதற்கு முன்பு நடைமுறையில் இருந்த சட்டத்தின்படியே விசாரித்து தீர்ப்பு வழங்கினார். உதாரணமாக, ஒருவரை கெட்டவார்த்தைகளால் திட்டுதல், அவதூறு செய்தல், தாக்குதல் அல்லது சச்சரவில் ஈடுபடுதல் போன்ற குற்றங்களுக்கு 15 நாள்களுக்குச் சிறையிடுதல், ரூ.50-க்கு மிகாமல் அபராதம் இடுதல் போன்றவை. திருட்டு வழக்குகளுக்கு 50 பிரம்படிகள் போன்ற உடல்வதைத் தண்டனைகள் வழங்கப்பட்டன. பெரிய குற்றங்களுக்கு ரத்தப்பலி தண்டனைகள் வழங்கப்பட்டன. அதாவது, குற்றத்தின் தண்டனைக்கு ஏற்ப உடலுறுப்புகளை அகற்றுவது.

சிறிது காலத்துக்குப் பின், மரணம் விளைவித்த குற்றத்துக்குக் கடுமையான ரத்தப்பலி தண்டனைக்குப் பதிலாக சிறைத் தண்டனை முறை அறிமுகமானது. இரண்டு கைகளை வெட்டுவதற்குப் பதிலாக 14 வருடத் தண்டனையும், ஒரு கையை வெட்டுவதற்குப் பதிலாக 7 வருடத் தண்டனையும் அளிக்கப்பட்டன. ஏற்கெனவே இருந்த உறுப்பு குறைப்புத் தண்டனை, படிப்படியாகக் குறைக்கப்பட்டது.

1816-ம் ஆண்டு நிர்வாகரீதியாக அதிகப்படியான மாற்றங்கள் நடைபெற்றன. அவை, குற்றத் தண்டனை முறையிலும் பிரதிபலித்தன. ஆனாலும், கசையடி உள்ளிட்ட தண்டனை முறைகள் நீடிக்கவே செய்தன.

1828-ம் ஆண்டு, குறிப்பிட்ட சில பகுதியில் பிரம்படித் தண்டனைக்குத் தடை விதிக்கப்பட்டது. 1833-ல் பெண்கள், கசையடித் தண்டனையிலிருந்து விலக்களிக்கப்பட்டனர். இதனைத் தொடர்ந்து படிப்படியாக கோரத்தண்டனை முறைகள் முடிவுக்குக் கொண்டுவரப்பட்டன. 1859-ல் சிவில் நடைமுறைச் சட்டம் உருவாக்கப்பட்டது. 1860-ல் தண்டனைச் சட்டமும், 1861-ல் குற்றவியல் நடைமுறைச் சட்டமும் இயற்றப்பட்டன. புதிய சட்டத்தின்படி, சிறையில் கடுந்தண்டனை தருதல், நாடுகடத்தல் உள்ளிட்டவை இருந்தன. பின்னர் மறைந்தன.

கௌடிலீயம், சுக்ரநீதி உள்ளிட்ட வட இந்தியச் சட்ட நூல்கள், பின்னர் முகலாய ஆட்சிகாலச் சட்டங்கள், அதன் பின்னர் பிரிட்டிஷார் உருவாக்கிய சட்டங்கள் ஆகியவற்றை மட்டுமே எடுத்துக்கொண்டு, குற்றம் மற்றும் தண்டனையின் வரலாற்றை எழுதிவிட முடியாது. இந்த மண்ணில் இருந்த எத்தனையோ இனக்குழுக்களுக்கும், சமூகங்களுக்கும், தனித்த சடங்குகளும், பழக்கவழக்கங்களும்

இருக்கவே செய்தன. அவை பற்றியக் குறிப்புகள் ஏதேனும் உண்டா என்று பார்த்தால், யாழ்ப்பாணத் தமிழர்களின் 'தேசவழமைச் சட்டம்' முக்கியமானதாக இருக்கிறது.

தென்னிந்திய மற்றும் திராவிட பழக்க வழக்கத்தின் அடிப்படையில் யாழ்ப்பாணப் பகுதியில் உருவான பழக்கவழக்கங்கள் 'தேசவழமைச் சட்டங்கள்' என்று அழைக்கப் படுவதாக அறிஞர்கள் கூறுகின்றனர். யாழ்ப்பாணத்தை ஆட்சிசெலுத்திய டச்சுக் கவர்னர் சைமன், 1701-ம் ஆண்டு இந்தப் பழக்கவழக்க முறைகளைத் தொகுத்தளித்தார்.

தொடர்ந்து, 1806-ம் ஆண்டு யாழ்ப்பாணம், பிரிட்டிஷாரின் ஆளுகையின் கீழ் வந்ததும் அவர்கள் தேசவழமைச் சட்டங்களில் சில மாறுதல்களைச் செய்துள்ளனர். பின்னர், இலங்கை சுதந்திரம் பெற்றதும், அதற்குப் பின்னரும் பல மாறுதல்கள் செய்யப்பட்டன.

தமிழகத்தில் உள்ளூர் சமூகத்தின் நடைமுறையில் இருந்த பழக்கவழக்கம் மற்றும் குற்ற தண்டனை முறைகளைப் பற்றிய ஆவணங்கள் கிடைத்துள்ளனவா என்பது முக்கியமான கேள்விகளில் ஒன்று. 1949 மற்றும் 1950-ம் ஆண்டுகளில் தென்இந்தியாவில் மானுடவியல் ஆய்வுக்காக வந்த லூயிஸ் டூமண்ட், மதுரைக்கு அருகில் இரண்டு ஆண்டுகள் தங்கியிருந்து ஆய்வினை மேற்கொண்டார்.

'எழுவம்பட்டி ஏட்டுச் சட்டம்' ஒன்று இருப்பதைக் கேள்விப்பட்டு, அதனைக் கண்டறிய தொடர்ந்து முயற்சிகள் மேற்கொண்டார். அது பலனளிக்கவில்லை. அந்த ஏடுகள் தீயில் அழிந்துவிட்டன என்று அவரிடம் சொல்லப்பட்டது. 'அது தீயில் அழியவில்லை. எனக்குத் தர அவர்களுக்கு விருப்பமில்லை. அதனால் அப்படி சொல்லுகின்றனர்' என்று கருதினார் லூயிஸ் டூமண்ட். இந்தப் பகுதி மக்களின் பழக்கவழக்க நடைமுறைகள், மரபுசார் மதிப்பீடுகள் அந்த ஏடுகளில் இருக்கலாம் என்று அவர் கருதி, தனது எண்ணத்தையும் பதிவு செய்துள்ளார்.

லூயிஸ் டூமண்ட் இந்த ஏடுகளைத் தேடிய அதே பகுதியில் சுமார் 50 ஆண்டுகளுக்குப் பிறகு நானும், எனது தோழர்களும் தேடி அலைந்தோம். அந்தச் சின்னஞ்சிறிய கிராமத்தில் பலரிடமும் கேட்டும் அவை கிடைக்கவில்லை. ஆனால், தோழர்கள் தங்கராஜும், முத்துப்பாண்டியும் தொடர்ந்து

முயற்சிகள் செய்துவந்தனர்.

அந்த முயற்சி ஒருநாள் பயனைத் தந்தது. ஊருக்குள்ளேயே தேடிக்கொண்டிருந்தவர்கள் தோட்டத்து வீடுகளை நோக்கி போனபோது கிடைத்த தகவலின் அடிப்படையில் எனக்கு போன் செய்து, “உடனே வா” என்றனர்.

நான், பெருமகிழ்வோடு அங்குப் புறப்பட்டுப் போனேன். ஒரு மாலை நேரத்தில் பம்பு செட்டில் குளித்தபடி அந்தப் பெரியவர் பேசிக்கொண்டிருந்தார், நான் கேள்வி மாற்றி கேள்வி கேட்டுக்கொண்டிருந்தேன். அவர் அசரவில்லை. எதைக் கேட்டாலும், “எனக்கென்னப்பா தெரியும்” என்று ஒற்றைப் பதிலையே திரும்பத் திரும்பச் சொல்லிக்கொண்டிருந்தார்.

நான், ஒரு கட்டத்தில் சோர்வடைந்தேன். அழைத்துப் போனவர்களைப் பார்த்து, “எதக்கேட்டாலும் தெரியாது என்கிறாரே, அப்புறம் எதுக்கப்பா என்னை வரச் சொன்னீங்க?” எனக் கேட்டேன்.

“அவருக்கு இதுவெல்லாம் தெரியும்னு சொல்லியா ஒன்னைய வரச் சொன்னோம்” என்றார்கள் தோழர்கள்.

“அப்புறம் எதுக்கு என்னை வரச் சொன்னீர்கள்?” எனக் கேட்டேன்.

“அவர்கிட்ட ஏடு இருக்கிறதாலதான் உன்னைய வரச் சொன்னோம்” என்றார்கள்.

ஒரு நிமிடம் திகைத்துப் போனேன். ஏடு யாரிடமும் இருக்கப்போவதில்லை, அதனைப் பற்றி தெரிந்தவர் யாராவது இருந்தால் அவரிடம் பேசி, விஷயத்தை வாங்கலாம் என நினைத்து, மாதக் கணக்கில் அலைந்ததால் ஏற்பட்ட பயிற்சி இது. பல நேரம் பயிற்சிதான் நம்மை தோல்வியடையச் செய்யும்.

நான் தோல்வியடைந்த கணத்தில் வெற்றி வாய்ப்பை உணரத் தொடங்கினேன். அவர் தலையைத் துவட்டிக்கொண்டே உள்ளே போனார்; ஈரம் படாமல் போர்த்திய துணியோடு கொண்டுவந்து எனது கையிலே கொடுத்தார். லூயிஸ் டூமண்ட் அவ்வளவு அலைந்தும் கிடைக்காத ஒன்று எனது கையில் கிடைத்தது. பெரியவருக்கும், தோழர்களுக்கும் எப்படி நன்றி சொல்வதென்று தெரியவில்லை.

காவல்கோட்டம் நாவலுக்கான தரவுகளைத் தேடி அலைந்த பயணம்தான் அது. வரலாற்றின் எவ்வளவோ தடயங்களை அது அள்ளி வழங்கிக்கொண்டே இருந்தது. அதில் மிகச்சிறந்த ஒன்று எழுவம்பட்டி ஏட்டுச் சட்டம்.

இந்த ஏட்டுச் சட்டம், எட்டு ஏடுகளையும் இருபது பத்திகளையும் கொண்டுள்ளது. அதில் பழக்கவழக்கம், சடங்குமுறைகள், உறவுகள் சார்ந்த விளக்கம் பலவும் இடம்பெற்றுள்ளன. நான்காவது ஏட்டின் பத்தாவது பத்தி குற்றத்தையும், அதற்கான தண்டனையைப் பற்றியும் கூறுகிறது.

"ஆணுக்கு பலி சேதமானால், 70 பொன். கொண்டையை அறுத்துப்போட்டால், அதுக்கு பலி அபராதம் 24 பொன். ஒரு கண் சேதமானால் பலி 35 பொன். மூக்கு ஒரு பக்கம் சேதமானால் பலி 12 பொன். அதில், நடுத்தண்டு ஒரு பக்கம் சேதமானால் 24 பொன். மூணு அங்கோலமும் சேர்ந்து சேதமானால் பலி 35 பொன். முன் காதுக்குப் பலி 30 பணம். நடுக்காது ஓவாயா போனால் பலி 12 பொன். கடுக்கன் போடுகிற காதுக்கு பலி 6 பொன். மேல்காதும், அடிக்காதும் சேர்ந்துபோனால் பலி 15 பொன். கீக்காதும் நடுக்காதும் சேர்ந்துபோனால் பலி 18 பொன். மூன்று அங்கோலமும் சேர்ந்துபோனால், பலி 24 பொன். உதட்டுக்கு ஒரு பல் தெரிய ஓவாயாப் போனால், பலி 12 பொன். ஒரு பல் விழுந்து போனால், பலி 6 பொன். ஒரு பல் அசைவுக்கு பலி 30 பணம். கால் எலும்பு தெரிவுக்கு 12 பொன். கொண்டக்கை தெரிவுக்கு 12 பொன். மணிக்கட்டு முன்கொண்டைக்கு பலி 6 பொன். விரல் வரிசைக்கு வராமல் போனால், பலி 30 பணம். நெரிவுகளுக்கு இதில் பாதி. நெகத்துக்கு 5 பணம். இதில், கால் மிதிக்கவும், கை பிடிக்கவும் இல்லாமல் போனால், பலி 35 பொன். இதில், பாதி பலி பெண்ணுக்கு." என்கிறது 'எழுவம்பட்டி ஏட்டுச்சட்டம்'.

இதுபோன்ற எண்ணற்ற உள்ளூர் சமூகங்களின் பழக்க வழக்கங்களும், குற்ற முறைகளும் ஏதாவது ஒரு வகையில் தொகுக்கப்பட்டோ, நினைவின் சேகரமாகவோ இருக்கத்தான் செய்யும். அவற்றைக் கண்டறிவதும், திரட்டுவதும், நாம் கடந்து வந்த பாதையைத் திரும்பிப் பார்க்கும் செயல் அல்ல, நம்மையே பார்க்கும் செயல்.

12

மோசடிப் புத்தகம்

மோசடி என்பது தமிழ்ச் சொல்லா? ‘ஆம்’ என்றும் ‘இல்லை’ என்றும் இருவேறு கருத்துகள் உள்ளன. ஆனால், தமிழகத்துக்கு எல்லா வகையிலும், எல்லாத் துறைகளிலும் மிகப் பொருத்த மாகத் தன்னை இணைத்துக்கொள்கிற சொல் இது என்பதில் இருவேறு கருத்துகளுக்கு இடம் இல்லை.

‘மோடிமஸ்தான் வேலை’ என்ற சொல்லில் இருக்கும் ‘மோடி’ என்பதில் இருந்துதான் ‘மோசடி’ என்ற சொல் வந்திருக்க வேண்டும் என்று சிலர் கருதுகின்றனர். இன்றைய அரசியலை எடுத்துக்காட்டாகக்கொண்டால், இதற்கான பொருத்தப்பாடு விலகிச் செல்லாமல் இருப்பதைப் பார்க்க முடியும்.

'ஏமாற்று' என்னும் பொருளில் பயன்படுத்தப்படும் 'மோசடி' என்னும் சொல்லுக்கான விளக்கங்களாக அகராதிகள் என்ன சொல்கின்றன என்று பார்த்தால், 'சுயலாபத்துக்காகச் செய்யும் சட்டத்துக்குப் புறம்பான ஏமாற்றுச் செயல்' என வரையறுக்கின்றன. க்ரியாவின் தற்காலத் தமிழ் அகராதி, இதற்குப் பின்வரும் மூன்று மேற்கோள்களைக் காட்டுகிறது: (1) சீட்டு நிறுவனம் நடத்திப் பல லட்சம் ரூபாய் வரை மோசடி செய்தவர் கைது. (2) நிறுவனக் கணக்குகளைத் தணிக்கைசெய்தபோது, பல மோசடிகள் வெளியாகின. (3) 'நரம்புத் தளர்ச்சியை நீக்கும்' என்று செய்யப்படும் பல விளம்பரங்கள் மோசடியானவை.

அகராதிகள் தற்காலப்படுத்தப்படுவது போல மோசடியும் தன்னைத் தற்காலப்படுத்தியபடியே வருகிறது. காலமாற்றத்தில் சமூகத்தின் வளர்ச்சி, உற்பத்தியில் ஏற்பட்டுள்ள மாற்றங்கள், கண்டுபிடிப்புகள் எனப் பலவற்றின் மூலம் நாம் தெரிந்துகொள்ளவும் ஒப்பிடவும் முடிவதைப்போல சமூகத்தில் நிகழும் மோசடிகள் மூலமாகவும் நாம் தெளிவாகத் தெரிந்து கொள்ளலாம். வளர்ச்சி அல்லது மாற்றங்களுக்கு ஏற்ப மோசடிகளும் தங்களைப் புதிதுபுதிதாக உருமாற்றம் செய்துகொள்கின்றன.

'மோசடிகள் எத்தனை வகைப்படும்? அவை என்னென்ன? அவை குறித்த கதைகள் எப்படிப் புழக்கத்தில் இருக்கின்றன?' என்பவற்றையெல்லாம் தொகுத்து, 100 ஆண்டுகளுக்கு முன் தமிழில் ஒரு புத்தகம் எழுதப்பட்டுள்ளது. இந்தப் புத்தகத்தின் பெயர் 'மதிமோச விளக்கம்'.

1907-ம் ஆண்டு 'ராஜகோபால பூபதி' எழுதி, தானே வெளியிட்ட இந்தப் புத்தகத்தில் 121 வகையான மோசடிகளைப் பற்றி விரிவாக விளக்குகிறார். மோசடிக்காரர்களிடமிருந்து மக்கள் விழிப்புஉணர்வோடு இருந்து தங்களைக் காத்துக்கொள்ள வேண்டும் என்பதற்காகத்தான் இதனை எழுதினாராம்.

ஜோசியர், கட்டுப்பிடித்துப் பார்த்தல், தென்னாட்டார் குறி சொல்லுதல், சந்நியாசிகள், நாட்டாக்கார், பொன் துண்டு மோசம், அங்காளம்மன் பிச்சை, கோயில் குளம் கைங்கர்ய யாசகம், பிராமணர்கள் யாசகம், புதையல் எடுத்தல், கழிப்பெடுத்தல், சுபகாலத் திருட்டு, அசுபகாலத் திருட்டு, பேயோட்டல், கஸ்தூரி மோசம், அரிசித் திருட்டு,

நாடகக்காரர்கள் படாடோப நோட்டீஸ் மோசம்

இன்றிரவு ! **To - Night** இன்றிரவு ! !

ஆரம்பம் 9 மணி ஆரம்பம் 9 மணி

1925ஹு டிசம்பர்மீ 16உ புதன்கிழமை

A. T. S. இராஜபார்ட் சுகசாரீர சபாரஞ்சித

கோமாளி நாயுடு அவர்கள் சிறந்த மானேஜ்மெண்டுக் குட்பட்ட

கிருஷ்ண விநோத டிராமாடிக் கம்பெனியாரால்

சென்னை காமாட்சி தோட்டத்தில் அமைத்துள்ள

நவநீத நாடக தியான மந்திரத்தில் ஆட்டம்.

தாரை எண்ணெய் தேக்கிற பாகமும்,

திரௌபதியின் துகிலை அவிழ்க்கிற பாகமும்

முக்கிய ஆக்டர்கள் :

A. T. S. கோமாளி நாயுடு அவர்கள்—நிகரற்ற சந்திரன்

பாதநடன சரசாஞ்சித மனமோகன டி. வி. கே. தர்மலிங்கம் பிள்ளை [சாதுரிய தாரை

இராஜபார்ட் ஆனந்த அதிமோக சி. யம். சிதம்பா ஆசாரி—அழகு.

ஜெகத் பிரகாச க. கா. கீ. சாமிநாதம் பிள்ளை

பிரசண்ட சாமார்த்திய விதூஷகன்.

மற்ற ஆக்டர்கள் சமயோசிதம்போல் நடிப்பார்கள்.

நூலில் இருந்து...

கோழித் திருட்டு, புஸ்பம் வைத்துக் கேட்டல் என 121 வகை மோசடிகளைப் பட்டியலிட்டு அவை நடக்கும் விதங்களைச் சற்றே கதை வடிவில் எழுதியுள்ளார். அவற்றிலிருந்து சில எடுத்துக்காட்டுகள்:

1. அர்ச்சனை திருவிளக்குத் தர்மம்

மதுரை, சிதம்பரம், ஸ்ரீரங்கம், திருவண்ணாமலை முதலிய க்ஷேத்திரங்களில் உள்ள பிராமணர்கள், சென்னை முதலிய பெரிய நகரவாசங்களுக்கு வந்து தனவந்தர்களையும் உத்தியோகஸ்தர்களையும் வர்த்தகர்களையும் கண்டு, பகவத் விஷயமாகப் பழுத்த பழம்போலப் பேசி "இன்ன முதலியார் பேரில் ஓர் அர்ச்சனையும், ஒரு நெய் தீபமும் சிதம்பர க்ஷேத்திரமாகிய தென்கயிலாயத்தில் நடந்துவருகிறது. தவிர, முத்தியாலுப்பேட்டை மண்டி, பாலு செட்டியார் சுமார் பதினைந்து வருஷமாக அர்ச்சனை நடத்தி வருகிறார்" என்று சிற்சில பெரிய மனுஷர்களைக் குறிப்பிட்டுச் சொல்லுவார்கள். "நமது ஆத்துமா கடைத்தேறும் பொருட்டு பகவத் விஷயத்தில்

ஈடுபட வேண்டியதாகையால், தாங்களும் தங்கள் பேரால் ஓர் அர்ச்சனை ஏற்படுத்தினால் மிகவும் நன்மையாயிருக்கும். சிவாலயங்களில் நெய் தீபமிடுவதனால் உண்டாகும் பலன்கள் விசேஷமென ஆகமங்கள் முறையிடுகின்றன. சில தக்க பெரிய மனுஷாளிடம்தான், நான் ஒப்புக்கொண்டு செய்துவருகிறேன். சிலர் பணம் அனுப்பக் காலதாமதம் செய்த போதிலும், நான் அர்ச்சனையை மாத்திரம் சில பிராமணர்களைப்போல நிறுத்திவிடுவதில்லை. கேவலம், பணத்திற்காகவா பாடுபடுகிறது? தங்களைப் போன்றவரை சத்விஷயத்தில் ஈடுபடுத்த வேண்டிய முயற்சி எடுத்துக்கொள்ள வேண்டியதாயிருக்கிறது" என்று சர்க்கரைக் கஞ்சி வார்த்துப் பக்குவப்படுத்தி, "மாதம் ஒன்றுக்கு அர்ச்சனை ஒரு ரூபாயும், நெய் தீபம் வைப்பதற்கு ஒரு ரூபாயுமாகும். தங்களுக்கு இது ஒரு லட்சியமா?" என்று மாதக் கட்டளையாக முடிவுசெய்துகொண்டு போய்விடுவார்கள். தாங்கள் அர்ச்சனை செய்வதாகவும், நெய்தீபம் வைப்பதாகவும் ஒப்பந்தம் செய்தவர்களுக் கெல்லாம் பிரதி மாதம் தவறாமல் (சென்னை வர்த்தகர்கள் மெயிலுக்கு லெட்டர் போடுவதுபோல்) இதற்காக அச்சிட்ட நோட்டீஸில் எழுத வேண்டியவற்றை எழுதி, அதனுள் கொஞ்சம் விபூதியும் குங்குமமும் வைத்துப் பாக்கி ஜாபிதாவுடன் அடியிற்கண்டபடி அனுப்புவார்கள். (நோட்டீஸை முழுமையாகப் பிரசுரித்திருக்கிறார்)

மேற்படி கைங்கரியம் நடத்துகிறவர் எப்போதாவது ஒருகாலத்தில் போய் "நம்முடைய தீபம் வைக்கப்படுகிறதா?"

என்று மேற்சொன்ன தீட்சிதரைக் கேட்டால், அவர் மனங்கூசாமல் அந்தக் கோயில் தீபத்தைக் காட்டுவார். திருவிளக்குத் தருமம் நடத்துகிறவர் நம் பேரால் அர்ச்சனை செய்யவில்லையே என்றால், "இம்மாதம் நம்முடைய முறையல்ல, முறைக்காரர்கள் கண்டிப்பாக அர்ச்சனை செய்துவிடுவார்கள். நம்முடைய முறையில் அவர்கள் கட்டணக்காரர்களது அர்ச்சனையை நாம் நடத்துகிறோம். அப்படியே இவர்களும் நடத்துகிறார்கள்" என்று மெழுகி வழிகூட்டி அனுப்பிவிடுவார்கள். சுவாமி பேரைச் சொல்லி காப்பு, கொலுசு, காசுமாலை முதலியவற்றை இவர்கள் செய்துகொள்வதற்காக நாம் அருமையாகத் தேடிய பொருளைச் செலவிடுவதா?

2. நரிக்கொம்பு மோசடி

தங்களிடம் நரிக்கொம்பு இருப்பதாகவும் அது, பல விஷயங்களுக்கு உபயோகப் படும் என்றும் சொல்லு வார்கள். அவர்கள் ஏதாவது ஓர் எலும்பை கூராகச் செய்து அதைச் சுற்றிலும் நரித்தலை தோலால் பிசைந்து காயவைத்துக் கொண்டு, "ஐயா எங்களிட மிருப்பது ஒரே ஒரு நரிக்கொம்பு தான். அந்த நரிக்கொம்புக்கு வெள்ளிப்பூண் கட்டி, அதைச் செவ்வாய்க்கிழமைகளில் சாம்பிராணி தூபங்காட்டி, ஒரு மஞ்சள் கொம்புடன் நாலு அரிசி போட்டு எட்டு நாள் பொறுத்தெடுத்தால் எட்டரிசியாகும். இதுதான் நரிக்கொம்புச் சோதனை. இதைக் கடைகளில் வைத்திருந்தால் நல்ல வியாபாரம் நடக்கும்.

இதை எடுத்துக்கொண்டு போலீஸ், கோர்ட்டுகளுக்குப் போனால், கேஸ் ஜெயமாகும். பிரதி தினம் இதன் முகத்தில் விழித்தால் நல்ல லாபம் கிடைக்கும்” என்பார்கள். “நீங்கள் நரிக்கொம்புடன் வருகிறீர்களே, உங்களுக்கும் நல்ல லாபம் தானே” என்று யாராவது அவர்களைக் கேட்டால், அதற்கு அவர்கள் “நாங்கள் நரியை அடிக்கிறோம்; கொல்கிறோம்; தின்னுகிறோம் ஆகையால் எங்களுக்குப் பலிக்காது. இது சாபக்கட்டு. தவிர, நரி நகம் குழந்தைகளுக்குக் கட்டினால், காற்று கருப்பு அண்டாது” என்று பலவிதமாகப் புளுகி, ஒரு நரிக்கொம்பை ஒரு ரூபாய் முதல் ஓர் அணா வரையிலும், நரி நகத்தை ஓர் அணாவிலிருந்து காலணா வரையிலும் சமயத்துக்குத் தக்கபடி விற்பார்கள்.

நரி, தந்திரம் உள்ள ஜந்துவாதலால் அத்தந்திரமுள்ள பிராணியைப் பிடித்து ஜீவிப்பவர்களில் சாமானியர்களை எளிதில் ஏமாற்றுகின்றனர்” என்கிறார்.

3. நாடகக்காரர் படாடோப நோட்டீஸ்

இந்த நோட்டீஸில் முக்கிய அறிக்கை என்று கீழ்க்கண்டவை பிரசுரிக்கப்பட்டுள்ளன. “இந்தச் சரித்திரங்களை அநேகர் நடத்தியிருப்பினும் எமது ஆக்டர்களைப்போல ஒருவரும் நடத்தாரென்பது திண்ணம்! திண்ணம்!! திண்ணம்!!! நோட்டீஸ் படாடோபமாகப் போடவில்லை என்பதாக யோசிக்க வேண்டாம். எமது கம்பெனி எல்லாருக்கும் தெரிந்ததுதானே என்று நாங்கள் விசேஷமாக எழுதவில்லை. இந்தக் கம்பெனியானது ரங்கோனுக்குச் செல்வதாயிருந்தும் துச்சாதனன் திரௌபதியுடைய சேலைகளை அவிழ்க்கிற பாகத்தினையும் சந்திரனுக்குத் தாரை எண்ணெய் தேய்க்கிற பாகத்தையும் பார்க்க வேண்டும் என்று அவாவுற்ற பல கனவான்கள் நேரிலும் கடித மூலமாயும் கேட்டுக்கொண்ட விருப்பத்தைப் பூர்த்திசெய்யும் பொருட்டு மேல்கண்ட சரித்திரங்களை இன்று ஸ்பெஷலாக நடத்தலாயினோம். இது சமயம் தவறினால் மற்றெப்போதும் வாய்க்காதென்பதை ஸ்திரமாக நம்பி முன்னாடியே டிக்கெட் பெற்றுக்கொள்வது நலம். பிறகு, எங்கள் மேல் பழி சொல்வதில் பயனில்லை.”

டிக்கெட்டுகளின் விவரம்:

பாக்ஸ் சீட்	2-0-0
1 - வது சேர்	1-0-0
2 - வது சேர்	0-8-0
3 - வது சேர்	0-6-0
புருஷாள் தரை	0-4-0
ஸ்த்ரீகள் சமுக்காளம்	0-4-0
ஸ்த்ரீகள் தரை	0-3-0

இந்நாடகக் கம்பெனியார் மிகவும் ஆடம்பரமாக விளம்பரப் பத்திரிகைகளை வெளியிடுவார்கள். அவர்களிலே சிலர் அந்தக் கம்பெனியின் ஆக்டர்களைப் புகழ்ந்து அடியில் வருகிற வேறு விளம்பரங்களையும் பிரசுரம் செய்வதும் உண்டு.

முக்கியக் கவனிப்பு:

ஸ்பெஷல் ஆட்டம்! ஸ்பெஷல் ஆட்டம்!
பார்சி வர்ணமெட்டமைந்த புகழ்பெற்ற கீதம்
வேறு கம்பெனியாருக்கு நிகரற்ற நாடகம்
இது கம்பெனி இனிமை தரும்
இவர்கள் நாடகம் இந்திரனுக்கொப்பாகும்.

என்று தொடங்கும் விளம்பரம், 'இந்நாடகத்தின் சிறப்பை மிகவும் வியந்து, இதுபோன்ற நாடகத்தைப் பார்ப்பது வாழ்வில் எவ்வளவு முக்கியமானது எனக் கூறி, நாங்கள் ரசித்துப் பார்த்த இந்நாடகத்தை மீண்டுமொரு முறை பார்க்க ஆசைப்பட்டு கேட்டுக்கொண்டதன் பேரிலே இவர்கள் இப்பொழுது அதனை நடத்துகிறார்கள். அனைவரும் கண்டுகளியுங்கள். இப்படிக்கு உண்மை விளம்பிகள்' என்ற விளம்பரத்தையும் செய்து மக்களை மோசடி செய்யும் விதத்தை மிக விரிவாக எழுதிச்செல்கிறார்.

4. பொங்கல் பிச்சை

போலீஸ் சேவகர், முனிசிபல் சேவகர்கள் பொங்கல் மரியாதை வந்து சேரவில்லை என்று கேட்பார்கள். சமூகத்தின் பிற பணிகளைச் செய்வோர், "நல்ல நாள் ஆகையால் தங்களைக் காண வந்தோம்" என்று பல்லை இளிப்பார்கள். என்றும் முகமறியாதவர்கள் வந்து "நாங்கள் காலமெல்லாம்

அய்யாவிடம் பிழைக்கிறவர்கள், நல்ல நாளதுவும் வந்தோம்; வருஷத்துக்கு ஒரு நாள், வருகிற வருஷம் சாவோமோ, பிழைப்போமோ” என்று நய்யப்பாட்டுப் பாடுவார்கள். ஓர் அணாவுக்கு நாலு நாளானாலும் நடையாய் நடப்பார்கள்.

இவர்களன்றி, மார்கழி மாதம் விடியற்காலை பாடிவரும் கிளிப்பாட்டுக்காரன், சிறுத்தொண்டன் பாட்டுக்காரன், இதனைப் போன்ற மற்றவரும் சென்னையிலுள்ள ஒவ்வொரு பேட்டைக்கும் அம்மாதத்தின் இரண்டொரு நாள் வந்துபோவார்கள். ஆனால், தாங்கள் முப்பது நாளும் தவறாது வந்தவர்களைப்போல வீடு ஒன்றுக்கு அரையணாவுக்குக் குறையாமல் கொடுக்கவேண்டும் என்பார்கள். கொடுத்தவர்கள் வீட்டில் தமது குறியாகிய கிளி, லிங்கம், வ, து, கி, முதலியவைகளில் ஒன்றை எழுதிச் சுண்ணாம்பு அடித்த சுவற்றைக் கெடுத்துவிடுவார்கள்” என்று பட்டியலிடுகிறார்.

இதில் எண்ணற்ற சமூகச் செய்திகள் உண்டு. குறிப்பாக விளிம்புநிலை மக்களின் கலை வடிவங்கள், அவற்றைப் பற்றிய விவரணைகள், அவர்களுக்கான குலக்குறிகள் என்று நுட்பமாகக் கவனிக்கவேண்டியவை உண்டென்றாலும், மிக முக்கியமாகத் திருவிழா இனாம் என்பது பொங்கலை மையப்படுத்தியே இருந்துள்ளது. தீபாவளி என்ற ஒரு பண்டிகைக்கான அடையாளங்கள் ஏதும் இல்லை.

‘நரகாசுரன் கொல்லப் பட்டான்’ என்ற வைதீகக் கதையின் பரவலாக்கம் இந்தப் புத்தகம் எழுதப்பட்ட காலத்தில் மோசடி செய்யப்படும் அளவுக்கு அறியப்பட்ட ஒன்றாக இல்லை என்பது கவனிக்கத்தக்கது. பொங்கலை மையப்படுத்தி

இருந்த தமிழ்ச் சமூகத்தின் திருவிழா என்பது தீபாவளியை மையப்படுத்தியதாக மாறியதன் வரலாற்றுக்கு இது ஒரு 'மோசடி'ச் சான்றைத் தருகிறது.

அதேபோல, போலீஸ்காரர்களும் முனிசிபல் சேவகர்களும் திருவிழாவினை முன்னிட்டு இனாம் பெறுவதைத் தொடங்கி 100 ஆண்டுகளுக்குமேல் ஆகிவிட்டது என்ற வரலாற்றையும் இது பதிவுசெய்கிறது.

5. கள்ளுக்கடை ஆசாரம்

கள்ளுக்கடையில் இன்னின்ன சாதிக்காரனுக்கு இன்னின்ன குடுவைகள் என்று கழுவிவைத்திருப்பார்கள். அந்தக் குடுவைகளை வருகிறவருக்குத் தக்கபடி எப்படியெல்லாம் கடைக்காரன் மாற்றுகிறான் என்பதை மிக விரிவாக ஆசிரியர் எழுதுகிறார். உதாரணமாக, குறிப்பிட்ட சாதிக்காரன் மொத்தமாக வந்தால், கடையில் இருப்பதில் பாதிக் குடுவைகள் அந்தச் சாதிக்காரனின் குடுவையாகக் கணநேரத்தில் மாறிவிடுகிறது. அதேபோல இன்னொரு சாதிக்காரன் கூட்டமாக வந்தால், அவன் வந்து உட்கார்ந்த உடன் அவனுக்காக எண்ணிலடங்கா குடுவைகள் எப்படி உருவாகின்றன. "உங்களின் குடுவை அதோ மாடத்தில் இருக்கிறது. இங்கே கீழே இருக்கிறது" என்று கடைக்காரன் செய்யும் சாமர்த்தியத்தை விரிவாக விவரிக்கிறார்.

இதில் முக்கியமாக, சாராயக்கடைகளில் எல்லா ஜாதியாருக்கும் கிளாஸ்கள்தான். கண்ணாடி டம்ளர்களுக்கும் பீங்கான் வகைகளுக்கும் எச்சில் இல்லை என்று ஆங்கிலேயர் இந்த நாட்டுக்கு வந்துசேர்ந்த சொற்ப காலத்துக்குள் சொல்லி நம்பவைத்துவிட்டதால், 'மனுதர்ம சாஸ்திரத்தில் வரி பிளந்து எழுதியதைச் சொல்லி ஜாதி மூட்டைகளை இறக்கிவைக்க' வலியுறுத்துகிறார்.

ஜாதிய மோசடியைப் பின்பற்றுபவர்களை நம்பவைக்க, கள்ளுக்கடைக்காரன் செய்யும் மோசடி மிக முக்கியமானதாக இருக்கிறது. மோசடிக்கு எதிராக மோசடி களம் இறக்கப்படும் காட்சியாக அது அமைகின்றது.

6. ஜாதிப் போராட்டம்

'ஜாதிப் போராட்டம்' என்ற தலைப்பில் அவர் கூறியிருப்பது மிக முக்கியமான சமூகச் சான்றாக விளங்குகிறது. பூணூலுடைய சாதிகள் எவை எவை, செட்டிப்பட்டம், ஐய்யர் பட்டம், ராவ், ராயர் பட்டம், பிள்ளை பட்டம், முதலியார் பட்டம், நாயுடு பட்டம் உள்ள சாதிகள் எவை எவை என்று பட்டியல் தருகிறார். இதன் தொடர்ச்சியாக பிராமணராக விரும்பும் சாதிகள் எவை எவை, ஷத்திரியராக விரும்பும் சாதிகள் எவை எவை, வைசியராக விரும்புவோர், வேளாளராக விரும்புவோர் யார் யார் என்று சாதிவாரியாக ஒரு பட்டியலைத் தருகிறார்.

"இந்தப் பட்டப் பெயர்களினாலும் பூணூலினாலும் இன்னார்தான் உயர்ந்த ஜாதியார்கள் என்று கண்டு பிடிப்பது கஷ்டமாக இருக்கிறது. இந்தப் பட்டப் பெயர் களும், உபவீதமும், இன்னார்தான் அணிந்துகொள்ள வேண்டியதென்றும், இன்னாருக்குத்தான் இந்தப் பட்டம் உரியதென்றும் யாதொரு நிபந்தனையும் இல்லை" என்று சொல்லி கால மாற்றத்தின் பொருட்டு நிகழுகின்ற மாற்றங் களை எடுத்துவைக்கிறார்.

இவ்வாறு மோசடிகளின் வகைகளையும் நுட்பங்களையும் பற்றி பல நுண்ணிய தகவல்களைத் தருகிறார். இது ஒரு சமூகத்தின் மிக முக்கியமான சாட்சியமாக அமைகிறது. குறிப்பாக, சமூக உளவியலின் தன்மையை அறிந்து கொள்ள சிறந்ததோர் ஆவணம் என்றே இதனைச் சொல்லவேண்டும். சமூகத்தின் குறுக்கு வழிகளைப் பற்றி அறிவது, நேர்வழியின் தன்மையையும் அதன் உறுதிப்பாட்டையும் பற்றி தெரிந்துகொள்வதற்கான சிறந்த வழிகளில் ஒன்று. புழக்கடை வழியில்தான் தலை வாசலின் உண்மைகள் மறைந்திருக்கின்றன.

இவர் விளக்கியுள்ள மோசடிகளில் 80 சதவிகிதத்துக்கும் அதிகமானவை சாதி, மதம், சடங்கு சார்ந்தவையாக இருக்கின்றன. இவை மூன்றும் மோசடி செய்பவர்களுக்கு எப்படி இயல்பான களங்களாக இருக்கின்றன என்பதை மிகத் தெளிவான ஆதாரங்களுடன் இந்தப் புத்தகம் நிறுவுவதால், இதற்கு வேறொரு பரிமாணமும் கிடைக்கிறது.

மட்டுமல்லாமல் எல்லா காலத்துக்குமான பாடங்களை அது தன்னகத்தே தாங்கியபடியும் இருக்கிறது.

மோசடி சம்பந்தமாக மிக விரிவாக எழுதப்பட்டுள்ள இந்த நூலில், லஞ்சம், ஊழல், கையூட்டு, பணம் பெற்றுக்கொண்டு காரியமாற்றல் போன்ற சொற்கள் எங்கேயும் இல்லை. இப்படி ஒரு மோசடி நடந்ததற்கான எந்தவோர் அடையாளமும் இந்த நூலில் இல்லை. 100 ஆண்டுகளில் நம் சமூகத்தில் நடந்துள்ள மாற்றங்கள் நம்மை எங்கே கொண்டுவந்துள்ளன என்பதை திரும்பிப் பார்க்கச் சொல்கிறது இந்த நூல்.

இதில் வரும் இராப்பிச்சைக்காரனும், குடுகுடுப்பைக்காரனும், கிளிஜோசியக்காரனும், நரிக்கொம்பு விற்பவனும், பகல் பூசாரியும் நம்மைப் பார்த்துச் சிரிக்கிறார்கள். "எங்களை மோசடிக்காரர்களாகச் சித்திரித்து இன்பம் கண்ட கூட்டம் தானே நீங்கள். இப்பொழுது எத்தனை எம்.எல்.ஏ-க்கள், எம்.பி-க்கள், மந்திரிகள், அதிகாரிகள், கான்ட்ராக்ட்காரர்கள், பன்னாட்டு கம்பெனிகள், அவற்றின் செல்வாக்குமிக்கத் தரகர்கள்,......, எங்கே இப்பொழுது எழுதுங்கள் புத்தகங்களை?" என்று கேட்பதுபோல் இருக்கிறது.

சுயநலத்துக்காகச் செய்யும் சட்டத்துக்குப் புறம்பான செயல்தான் மோசடி என்று ஒரு காலத்தில் விளக்கம் சொல்லப்பட்டது. ஆனால், இன்று அந்த விளக்கம் முழு பொருத்தப்பாடு கொண்டதாக இல்லை. சுயநலத்துக்காகச் சட்டப்படி செய்யும் செயல்களையும் மோசடி, தனக்கான விளக்கத்துக்குள் மிக எளிதாக உள்வாங்கிக்கொண்டுவிட்டது.

அது நிறுவனப்பட்டுவிட்டது. எல்லா நிறுவனங்களையும் எளிதில் விழுங்கிவிடும் ஆற்றல்கொண்டதாக மாறி யிருக்கிறது. எளிய மனிதர்கள் தங்களின் வயிற்றுப் பாட்டுக்காகச் செய்யும் மோசடிகளைப் பட்டியலிடும் இந்த நூலைப் படிக்கும்போது நாம் அவமானகரமான உணர்வுக்கு உள்ளாவதைத் தவிர்க்க முடியவில்லை.

இயற்கையைச் சுரண்டுகிற, அழித்தொழிப்பையும் பேரழிவு களையும் உயிர்ப்பலிகளையும் நிகழ்த்துகிற மோசடிகளைத் தினசரி ஊடகங்களில் பார்த்தபடி கடக்கும் நமக்கு, கோழி திருடுபவனிடம் விழிப்போடு இருப்பதற்கான உத்திகளை விலாவாரியாக எழுதிவைத்துள்ள ராஜகோபால பூபதியின் அக்கறை, பெரும் துக்கத்தைக் கடத்துகிறது.

ராஜகோபால பூபதி எதிர்காலத்தால் தோற்கடிக்கப் படவில்லை; தனது நிகழ்காலத்திலேயே அவர் வீழ்த்தப் பட்டார். 1907-ம் ஆண்டு இந்தப் புத்தகத்தின் முதல் பதிப்பு வந்துள்ளது. நல்ல வரவேற்பைப் பெற்று இரண்டு பதிப்புகள் விற்றுத்தீர்ந்த நிலையில் இந்தப் புத்தகத்தில் சொல்லப்பட்ட விஷயங்களை வைத்தே இன்னொரு புத்தகம் வெளியிடப்பட்டுள்ளது. தனது மூன்றாவது பதிப்பின் முன்னுரையில் அவர் கூறுகிறார், "இது மோசங்களை விளக்கும் புத்தகம். இதிலிருந்து திருடிப் பணம் பறிக்க மோசம் செய்பவர்கள் எத்தன்மையர் என்பதைக் கூறவேண்டியதில்லை. நாவன்மை, சொல்வன்மை, எழுதுந்திறமை முதலிய எதுவுமில்லாத பாவலர், நாவலர் என்ற சிலர் பிறர் கஷ்டப்பட்டு எழுதியுள்ள சில கதைகளைத் திருடியும், வகையின்றி சில பாகத்தைச் சிதைத்தும், சிலவற்றைக் குறைத்தும் எழுதுவதினால் கதைகளின் போக்கும் நடையும் கெடுவதோடு உண்மையில் கஷ்டப்பட்டு எழுதுவோருக்கு கஷ்டமும் நஷ்டமும் உண்டாகின்றன. இத்தகைய மோசக்காரர்களும் நம் நாட்டிலிருப்பதைக் கருதி வருந்துவதின்றி வேறு என் செய்வது" என்று கூறி "ஜி.செல்வபதி செட்டி அண்டு கம்பெனியாருக்கு என் புஸ்தக உரிமையை விற்று, இந்நூலை வெளியிட அனுமதியும் கொடுத்துவிட்டேன்" என்கிறார்.

121 மோசடிகளை விளக்கும் இந்தப் புத்தகமே, 122வது மோசடியின் சான்றாக மாறியுள்ளது. மோசடியைப் பற்றி எழுதப்பட்ட முதல் நூல் மட்டுமல்ல, மோசடிக்கு இரையான முதல் நூலாகவும் இது இருக்கக்கூடும். ஒரு வகையில் அந்த மோசடி நிகழ்வும் நூலின் உள்ளடக்கத்துக்கு வலுச்சேர்க்கும் பங்களிப்பையே செய்துள்ளது. மோசடிக்கு எதிரான விழிப்புஉணர்வுக்கு மோசடிக்காரர்களும் தங்களின் பங்களிப்பைச் செய்துள்ளனர்.